Impressum
Verlag: BABADADA GmbH, Nedderfeld 112 , 22529 Hamburg
Geschäftsführer / Verlagsleitung: Harald Hof
Druck: Books on Demand GmbH, In de Tarpen 42, 22848 Norderstedt

Imprint
Publisher: BABADADA GmbH, Nedderfeld 112 , 22529 Hamburg, Germany
Managing Director / Publishing direction: Harald Hof
Print: Books on Demand GmbH, In de Tarpen 42, 22848 Norderstedt

# school

# ilé-ìwé

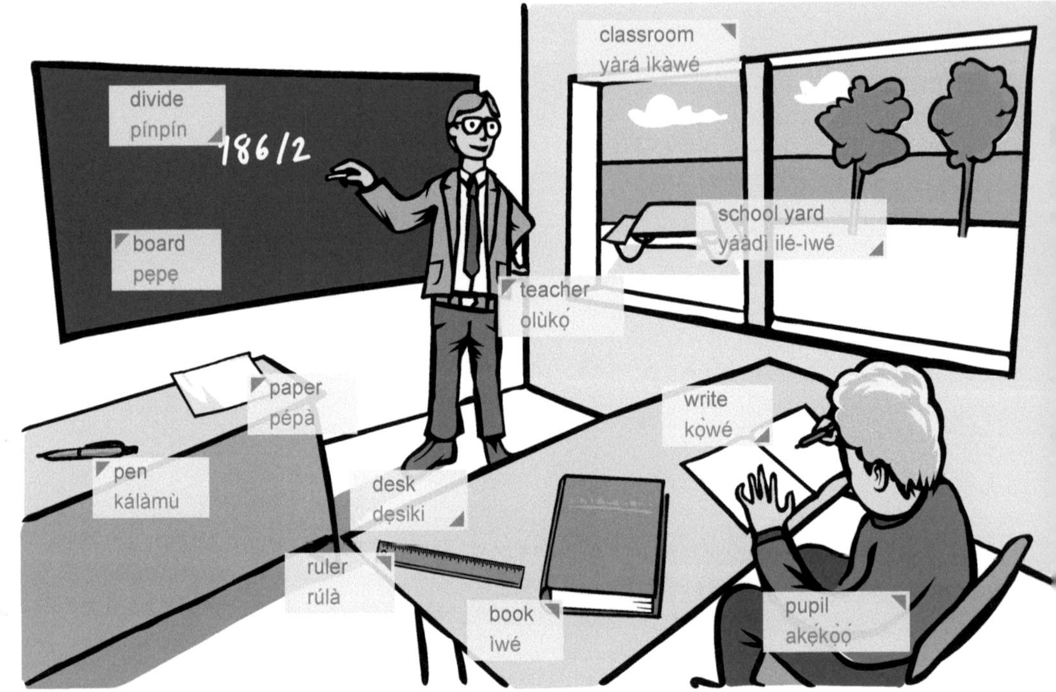

classroom
yàrá ìkàwé
divide
pínpín
186/2
school yard
yáàdì ilé-ìwé
board
pẹpẹ
teacher
olùkọ́
paper
pépà
write
kọ̀wé
pen
kálàmù
desk
dẹsiki
ruler
rúlà
book
ìwé
pupil
akẹ́kọ̀ọ́


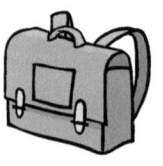

satchel

ọ̀rá

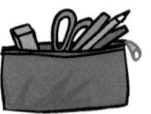

pencil case

àpò pẹnsuru

pencil

pẹnsuru

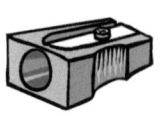

pencil sharpener

olùgbẹ́ pẹnsuru

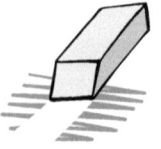

rubber

rọ́bà

drawing pad

bọ́tìnnì yíyàwòrán

drawing

yíyàròwán

paintbrush

burọ̀ṣi ọ̀dà

paint box

àpótí ọ̀dà

scissors

sisọsi

glue

gúlù

exercise book

ìwé iṣẹ́

homework

iṣẹ́ àmúrelé

number

nọ́mbà

add

àfikún

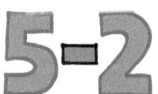

subtract

àyọkúrò

multiply

ìsọdipúpọ̀

calculate

ṣírò

letter

lẹ́tà

alphabet

alfábídí

word

ọ̀rọ̀ sísọ

text

ọ̀rọ̀ kíkọ

read

kàwé

chalk

ṣọọkì

lesson

ìkẹkọọ́

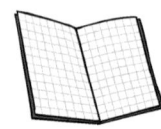

register

forúkọsílẹ̀

examination

ìdánwo

certificate

ìwé-ẹ̀rí

school uniform

aṣọ ilé-ìwé

education

ẹ̀kọ́

encyclopedia

ìwé ìmọ̀

university

yunifasiti

microscope

ẹ̀rọ gbohùngbohùn

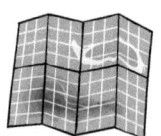

map

àwòrán àgbáyé

waste-paper basket

agbọ̀n ìdalẹ̀nù

# travel
# ìrìn àjò

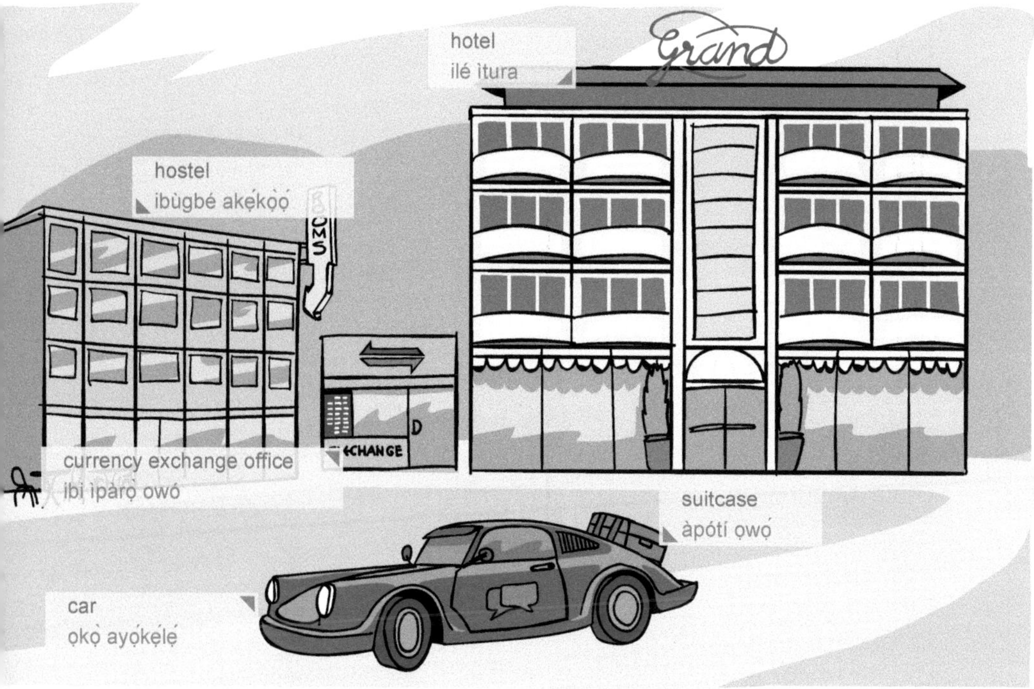
hotel
ilé ìtura
Grand
hostel
ibùgbé akẹ́kọ̀ọ́
ROOMS
currency exchange office
ibi ìpàrọ owó
EXCHANGE
suitcase
àpótí ọwọ́
car
ọkọ̀ ayọ́kẹ́lẹ́

language

èdè

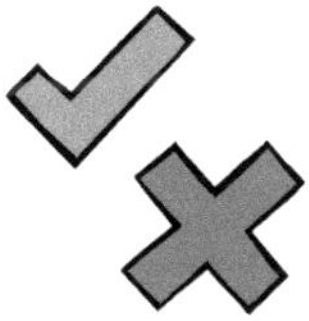

yes / no

bẹ́ẹ̀ni / bẹ́ẹ̀kọ́

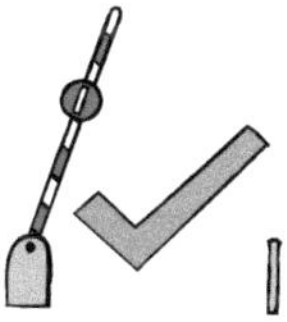

Okay

Ó dára

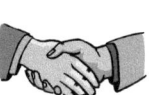

hello

ẹpẹlẹ́

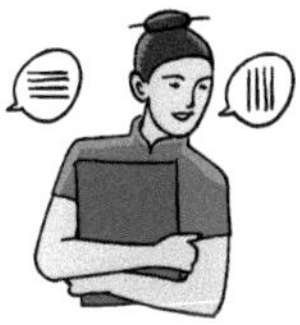

translator

olùtúmọ̀ èdè

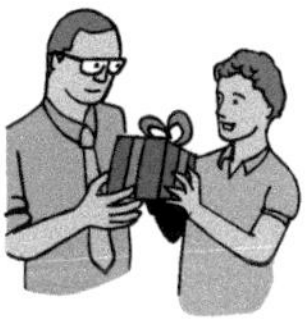

Thank you

O ṣeun

how much is...?

èló ni... ?

I don´t get it

Kò yé mi

problem

ìṣòro

Good evening!

Ẹ káalẹ́!

Good morning!

Ẹ kaarọ!

Good night!

Ẹ káalẹ́!

goodbye

ódìgbà

direction

ìtọ́ni

luggage

ẹrù-ẹni

bag

báàgì

backpack

àpò ẹ̀yìn

guest

àlejò

room

yàrá

sleeping bag

báàgì ibùsùn

tent

àgọ́

travel - ìrìn àjò

tourist information

àlàyè arinrìn àjò

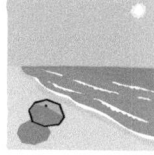

beach

òkun

credit card

káàdì arópò owó

breakfast

oúnjẹ àárọ̀

lunch

oúnjẹ ọ̀sán

dinner

oúnjẹ alẹ́

Ticket

tíkẹti

elevator

ìgbésókè

stamp

èdìdí

border

àlà

customs

àwọn àṣà

embassy

ibi ìwé ìrìnà

visa

físa

passport

ìwé ìrìnà

# transport

# ọkọ̀

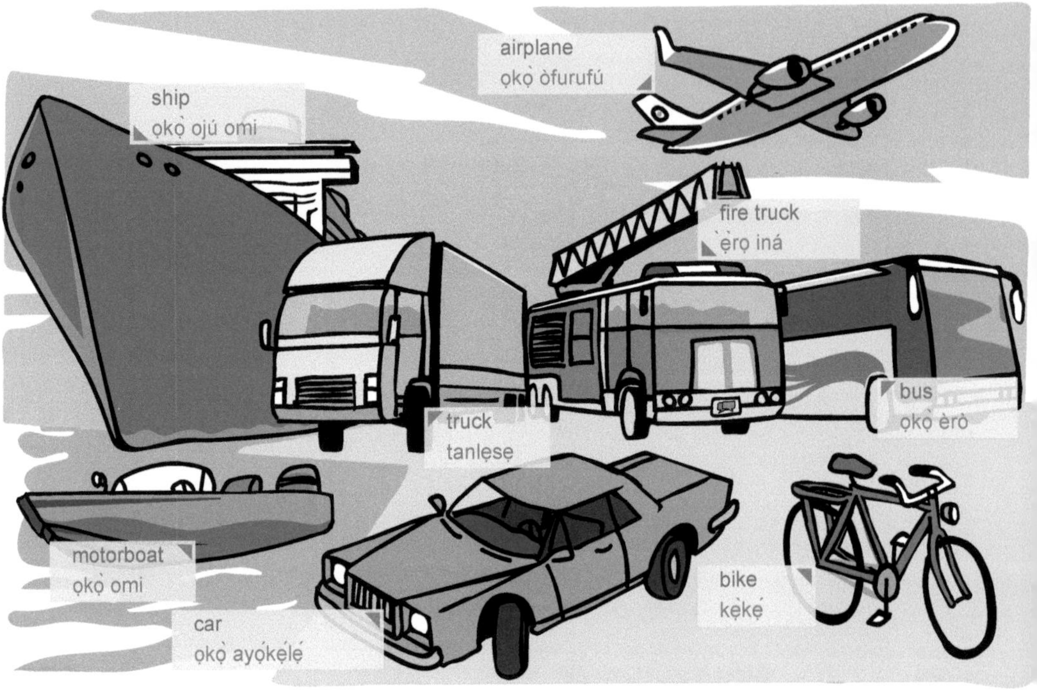
airplane
ọkọ̀ òfurufú
ship
ọkọ̀ ojú omi
fire truck
ẹ̀rọ iná
bus
ọkọ̀ èrò
truck
tanlẹsẹ
motorboat
ọkọ̀ omi
bike
kẹ̀kẹ́
car
ọkọ̀ ayọ́kẹ́lẹ́

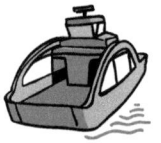

ferry

ọpán

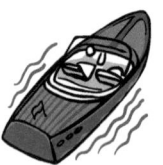

boat

ọpọ́n ojú omi

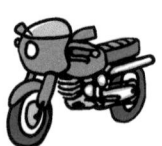

motorbike

atapùpù

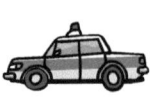

police car

ọkọ̀ ọlọ́pàá

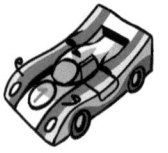

racing car

ọkọ̀ ìsáré

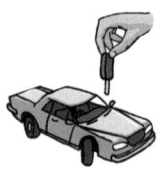

rental car

ọkọ̀ yíyá

car sharing

àpínlò ọkọ̀

tow truck

ìgbọ́kọ̀

garbage truck

ọkọ̀ dída ilẹ̀ nù

engine

manto

fuel

epo

fuel station

ilé epo

traffic sign

àmì ìwakọ̀

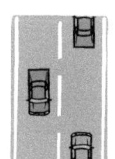

traffic

ìwakọ̀

traffic jam

súnkẹrẹ

parking lot

ibi ìgbọ́kọ̀sí

train station

ibùdókọ̀ ojú irin

tracks

àwọn òpópó

train

ọkọ̀ ojú irin

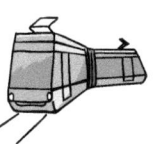

tram

ọkọ̀ ori ilẹ̀

wagon

ẹrù

helicopter
ẹlikọputa

airport
ibùdókọ̀ òfurufú

tower
òpó

passenger
èrò

container
ibi ìpamọ́

carton
katun

cart
apèrẹ̀

basket
agbọ̀n

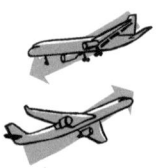

take off / land
gbéra / balẹ̀

## city
## ìlú

village
abúlé

city center
àárín ìlú

house
ilé

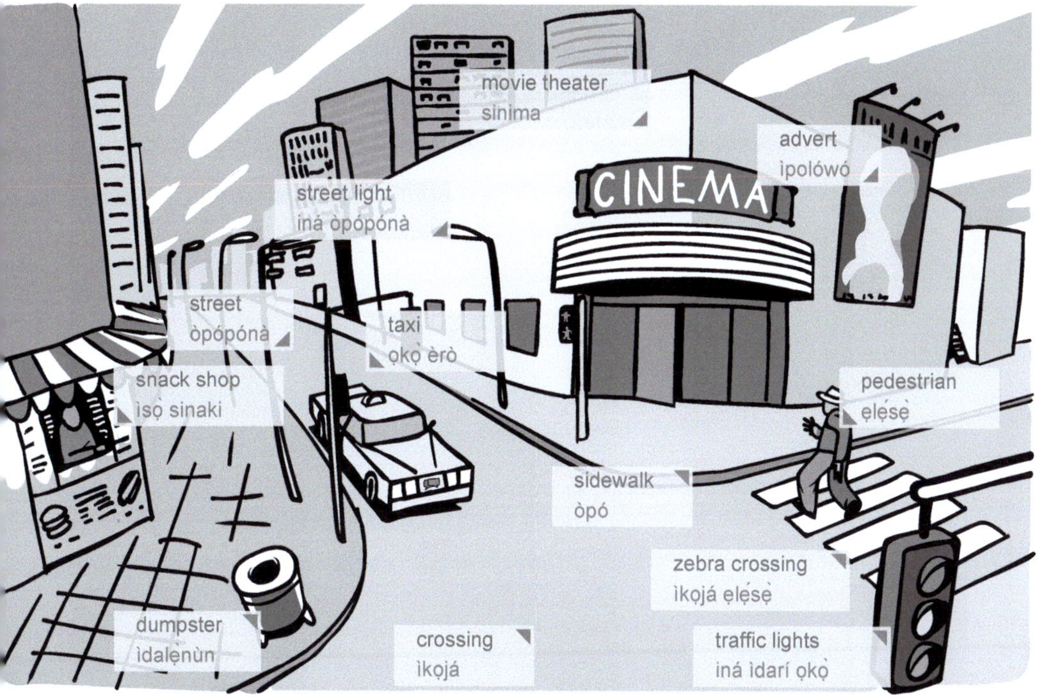

movie theater
sinima

advert
ìpolówó

street light
iná òpópónà

street
òpópónà

taxi
ọkọ̀ èrò

snack shop
isọ sinaki

pedestrian
ẹlẹ́sẹ̀

sidewalk
òpó

zebra crossing
ìkojá ẹlẹ́sẹ̀

dumpster
ìdalẹnùn

crossing
ìkojá

traffic lights
iná ìdarí ọkọ̀

hut

abà

apartment

filati

train station

ibùdókọ̀ ojú irin

city hall

ojúde

museum

musiọmu

school

ilé-ìwé

university

yunifasiti

bank

ilé ìfowópamọ́

hospital

ilé ìwòsàn

hotel

ilé ìtura

pharmacy

olùta ògùn

office

ọfisi

book shop

ìsọ̀ ìwé

shop

ìsọ̀

flower shop

òdòdó

supermarket

ibi ìtajà

market

ọjà

department store

ibi ẹka iṣẹ́

fishmonger's shop

ibi ẹja

mall

ibi ìrajà

harbor

bèbè omi

park

ibi ìgbafẹ́

bench

àga

bridge

afárá

stairs

àgàsọ

subway

abẹ́ ilẹ̀

tunnel

ihò ilẹ̀

bus stop

ibùdókọ̀

bar

ilé ọtí

restaurant

ilé oúnjẹ

postbox

àpótí ìfiwéránṣẹ́

street sign

àmì òpópónà

parking meter

mita ìgbọ̀kọ̀sí

zoo

ibi ẹranko

swimming pool

ibi ìwẹ

mosque

mọ́ṣáláṣí

| | | |
|---|---|---|
|  |  |  |
| farm | pollution | cemetery |
| oko | ìdọ̀tí | ibi ìsìnkú |
|  |  |  |
| church | playground | temple |
| ilé ìjọsìn | ibi ìṣeré | tẹmpili |

# landscape
## ẹlẹ́bùú

leaf
ewé

signpost
ajúwe

path
ọ̀nà

meadow
ilẹ̀ koríko

stone
òkúta

tree
igi

hiker
olùrìn

river
odò

grass
kóriko

flower
òdòdó

valley

kòtò

hill

òkè

lake

adágún omi

forest

aginjù

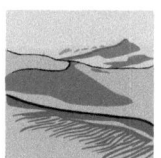

desert

aṣálẹ̀

volcano

ilẹ̀ ríru

castle

Ibugbé

rainbow

òṣùmàrè

mushroom

esun

palm tree

ọ̀pẹ

mosquito

`ẹ̀fọn

fly

eṣinṣin

ant

kòkòrò

bee

oyin

spider

alantakun

beetle

làbọnlàbọn

frog

ọpọlọ

squirrel

ọkẹ́rẹ́ ńlá

hedgehog

sẹ́sẹ́

hare

ọkẹ́rẹ́

owl

òwìwí

bird

ẹyẹ

swan

pẹ́pẹ́yẹ ńlá

boar

ẹlẹ́dẹ́ igbó

deer

àgbọ̀nrín

moose

àgbọ̀nrín ńlá

dam

adágún

wind turbine

ọpá afẹ́fẹ́

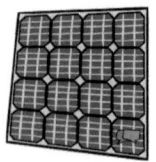

solar panel

panẹ́ẹ̀lì òrùn

climate

ojú-ọjọ́

# restaurant
# ilé oúnjẹ

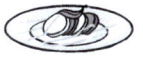

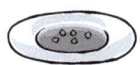

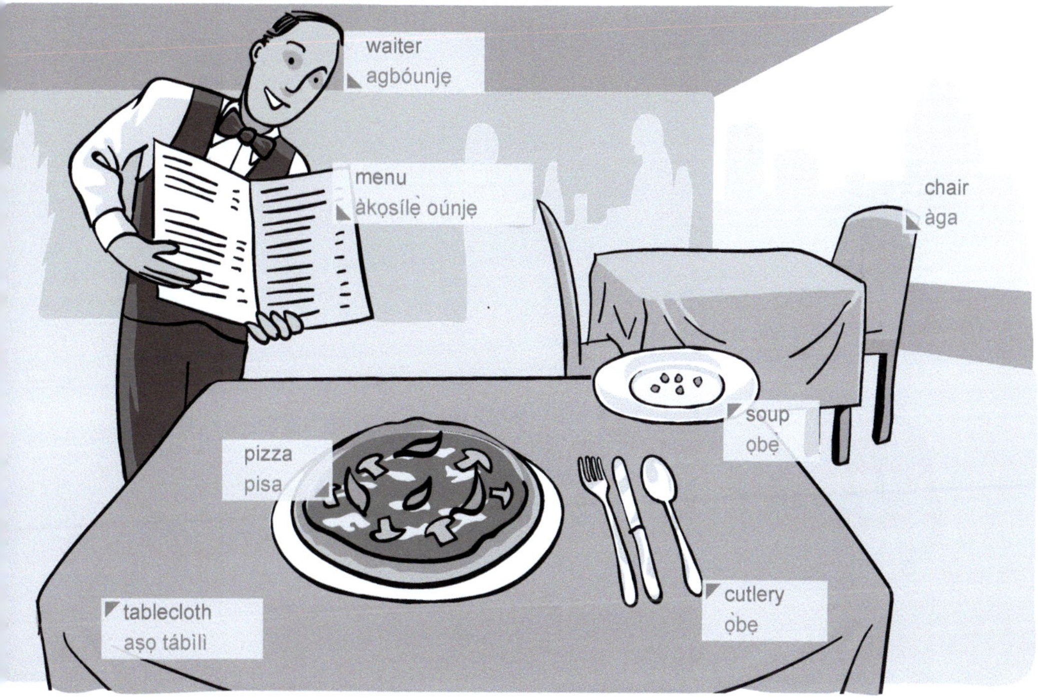
waiter
agbóunjẹ
menu
àkọsílẹ̀ oúnjẹ
chair
àga
soup
ọbẹ̀
pizza
pisa
tablecloth
aṣọ tábìlì
cutlery
ọ̀bẹ

starter

ìpanu

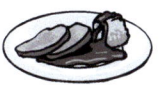

main course

oúnjẹ gangan

dessert

ìpanu lẹ́yin oúnjẹ

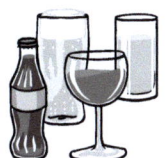

drinks

ohun mímu

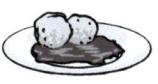

food

oúnjẹ

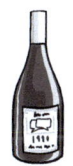

bottle

ìgò

fast food

oúnję kíá

street food

oúnję òpópónà

teapot

abọ́ tii

sugar bowl

abọ́ șúgà

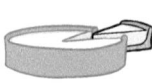

portion

ìpín

espresso machine

`ẹ̀rọ ẹsipirẹso

high chair

àga gíga

bill

ináwó ọșọșù

tray

tire

knife

ọ̀bẹ

fork

fọ́ọ̀kì

spoon

șíbí

teaspoon

șíbí tii

serviette

pépà ìnuwọ́

glass

gilasi

restaurant - ilé oúnjẹ

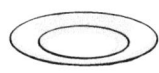

plate
abọ́

soup plate
abọ́ ọbẹ̀

saucer
pẹlẹbẹ

sauce
ọbẹ

salt shaker
kòkò iyọ̀

pepper mill
ilọta

vinegar
fẹniga

oil
òróró

spices
èròjà

ketchup
kẹsọpu

mustard
mọsitadi

mayonnaise
mayonesi

# supermarket

## ibi ìtajà

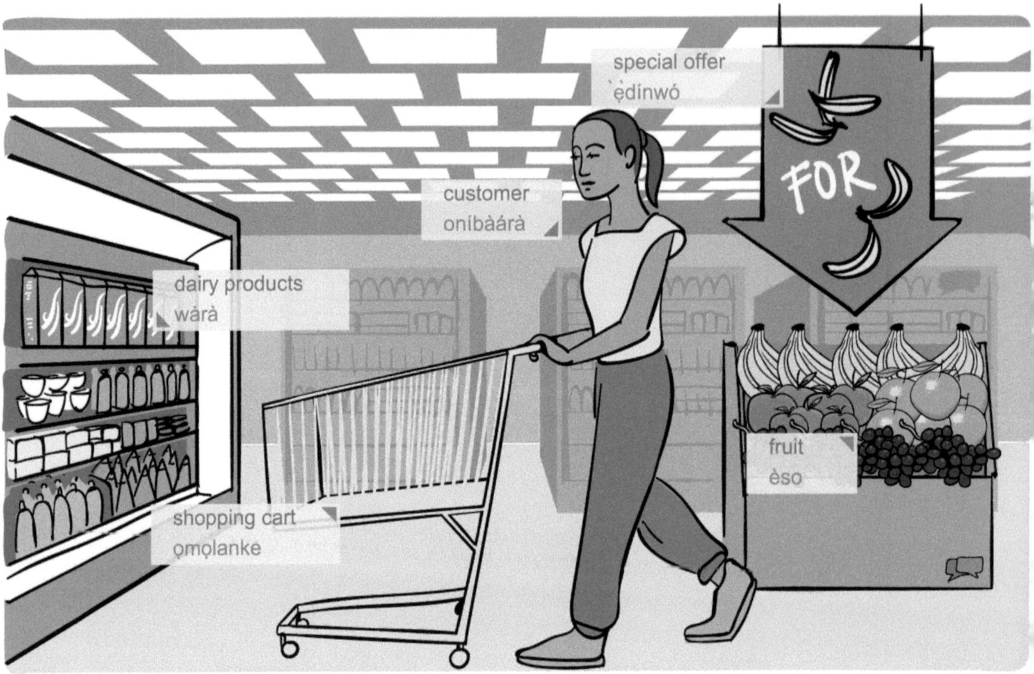

special offer
ẹ̀dínwó

customer
oníbàárà

dairy products
wàrà

fruit
èso

shopping cart
ọmọlanke

| | | |
|---|---|---|
|  |  |  |
| butcher's shop | bakery | weigh |
| alápatà | beka | wọ̀n |
|  | 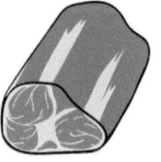 |  |
| vegetables | meat | frozen food |
| ewébẹ̀ | ẹran | oúnjẹ dídì |

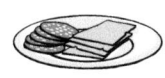

cold cuts

ẹran tútù

canned food

oúnjẹ agolo

detergent

ọṣẹ ìfọṣọ

candy

àdìndùn

household products

àgbéjáde ẹbí

cleaning products

ohun ìtọjú

sales representative

olùtajà

cash register

tili

cashier

akawó

shopping list

àkójọ ìrajà

opening hours

wákàtí ìbẹ̀rẹ̀

wallet

ìpamọ́

credit card

káàdì arọ́pò owó

bag

báàgì

plastic bag

báàgì ọrá

supermarket - ibi ìtajà          21

# drinks
## ohun mímu

water

omi

juice

omi èso

milk

wàrá

coke

koki

wine

waini

beer

bia

alcohol

ọtí líle

cocoa

kòkó

tea

tii

coffee

kọfí

espresso

ẹsipirẹso

cappuccino

kapusino

banana

ògèdè

apple

apu

orange

ọsàn

melon

ẹ̀gúsí

lemon

òronbò

carrot

karọti

garlic

galiki

bamboo

ọparun

onion

àlùbọ́sà

mushroom

esun

nuts

ẹ̀pà

noodles

nodu

spaghetti

sipajẹti

rice

irẹsi

salad

saladi

fries

ìpanu

fried potatoes

ànàmọ́ díndín

pizza

pisa

hamburger

bọ́gà

sandwich

sanwiṣi

escalope

ẹran sísun

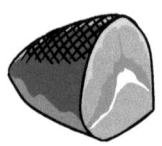

ham

ẹsẹ̀ ẹlẹ́dẹ̀

salami

salami

sausage

sọseji

chicken

ẹran ẹdìyẹ

roast

sun

fish

ẹja

porridge oats

oti pọreji

muesli

musẹli

cornflakes

confulakisi

flour

iyẹfun

croissant

kirosanti

bread roll

rolu búrẹdi

bread

burẹdi

toast

dín

cookies

bisikiti

butter

bọ́tà

curd

kọdu

cake

keki

egg

ẹyin

fried egg

ẹyin díndín

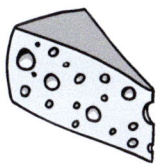

cheese

ṣiṣi

ice cream

aisi kirimu

sugar

ṣúgà

honey

oyin

jelly

jamu

nougat cream

àfira ṣokoleti

curry

kọri

# farm
## oko

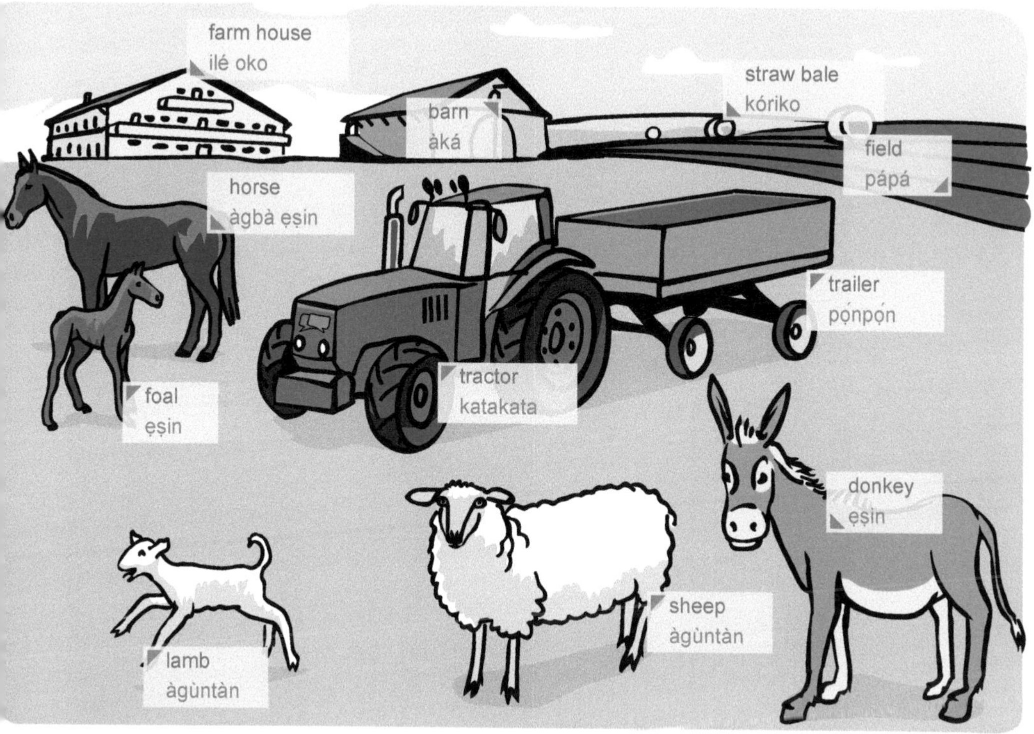

farm house
ilé oko
barn
àká
straw bale
kóriko
field
pápá
horse
àgbà ẹṣin
trailer
pọ́npọ́n
tractor
katakata
foal
ẹṣin
donkey
ẹṣin
sheep
àgùntàn
lamb
àgùntàn


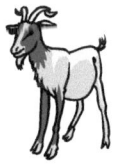

goat

ewúrẹ́

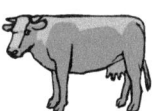

cow

máàlù

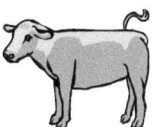

calf

ọ̀dọ́ àgùntàn

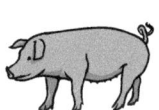

pig

ẹlẹ́dẹ̀

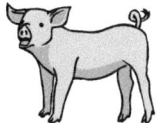

piglet

ọmọ ẹlẹ́dẹ̀

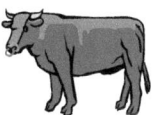

bull

àgbò

goose

ọmọ pẹpẹyẹ

duck

pẹpẹyẹ

chick

ọmọ adìyẹ

hen

adìyẹ

cockerel

àkùkọ

rat

èkúté

cat

olóngbò

mouse

eku

ox

kẹtẹkẹtẹ

dog

ajá

dog house

ilé ajá

garden hose

ọ̀pá ọgbà

watering can

abọ́ omi

scythe

scythe

plow

ọkọ̀ irúgbìn

sickle

abẹ oko

hoe

ọkọ́

pitchfork

irinṣẹ kóriko

axe

àáké

pushcart

wilibaro

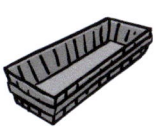

trough

àgbá

milk can

abọ́ wàrà

sack

àpò

fence

ògiri

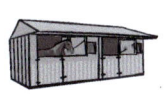

stable

pẹpẹ oko

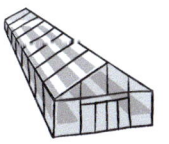

greenhouse

ibi ìdáko

soil

ilẹ̀

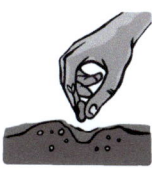

seed

irúgbìn

fertilizer

ajílẹ

combine harvester

àkópọ̀ olùkórè

farm - oko

harvest

ìkórè

harvest

ìkórè

yams

ìṣu

wheat

bàbà

soya

soya

potato

ànàmọ

corn

àgbàdo

rapeseed

irúgbìn rapu

fruit tree

igi èso

manioc

ẹ̀gẹ́

grain

jéró

# house
## ilé

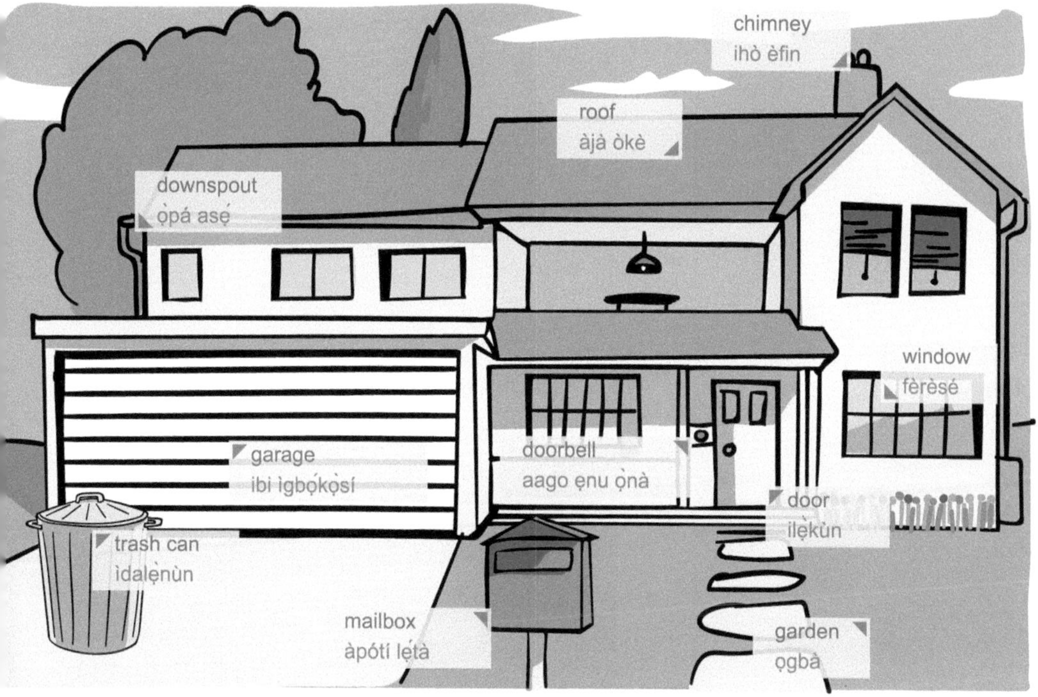
chimney
ihò èfin
roof
àjà òkè
downspout
ọ̀pá asẹ́
window
fèrèsé
garage
ibi ìgbọ́kọ̀sí
doorbell
aago ẹnu ọ̀nà
door
ìlẹ̀kùn
trash can
ìdalẹ̀nùn
mailbox
àpótí lẹ́tà
garden
ọgbà

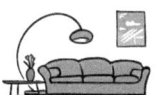

living room

yàrá ìgbé

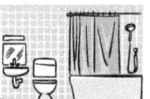

bathroom

ilé ìwẹ̀

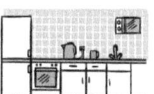

kitchen

ilé ìdáná

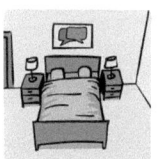

bedroom

yàrá ìbùsùn

kids room

yàrá ọmọdé

dining room

yàrá ìjẹun

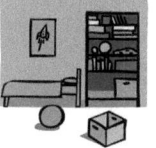

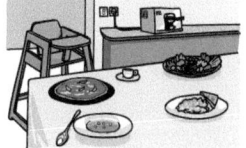

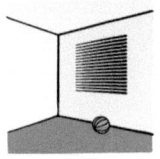

floor

ilẹ̀

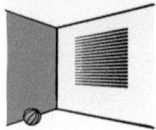

wall

ògiri ilé

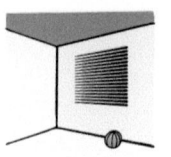

ceiling

àjà

cellar

sẹla

sauna

sauna

balcony

ọ̀dẹ̀dẹ̀

terrace

ọ̀nà

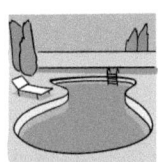

pool

ibi ìwẹ̀

lawn mower

ẹ̀rọ ìgéko

sheet

ojú-ewé

bedspread

aṣọ orí ibùsùn

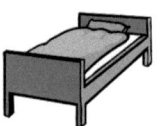

bed

ibùsùn

broom

ọwọ̀

bucket

garawa

switch

yípo

# living room
# yàrá ìgbé

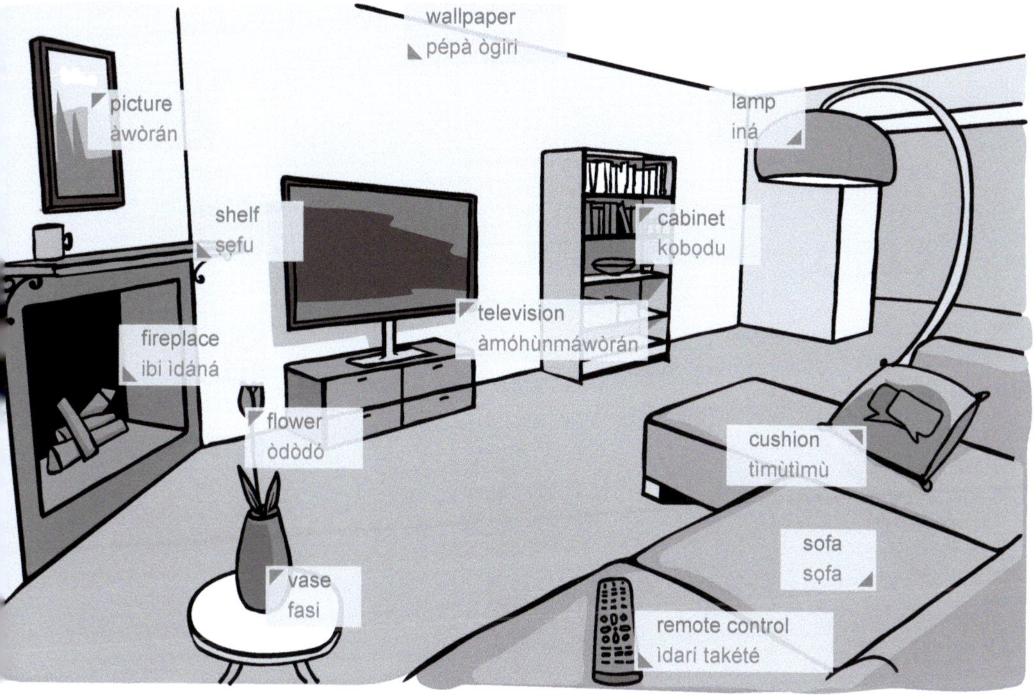
wallpaper
pépà ògiri
picture
àwòrán
lamp
iná
shelf
ṣẹ́fu
cabinet
kọbọdu
television
àmóhùnmáwòrán
fireplace
ibi ìdáná
flower
òdòdó
cushion
tìmùtìmù
sofa
sọfa
vase
fasi
remote control
ìdarí takété

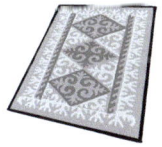

carpet
kapẹti

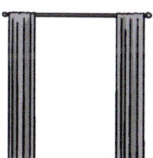

drape
kọtini

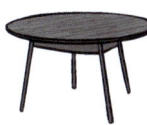

table
tábìlì

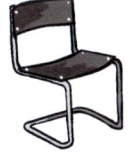

chair
àga

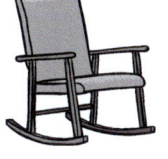

rocking chair
àga amìtìtì

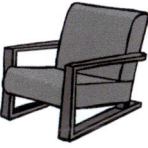

armchair
àga ọlọ́wọ́

book

ìwé

blanket

aṣọ ìbora

decoration

ọ̀ṣọ́

firewood

igi ìdáná

film

fíìmù

stereo system

irinṣẹ hi-fi

key

kọ́kọ́rọ́

newspaper

ìwé ìròyìn

painting

kíkunlé

poster

àlẹ̀mọ́

radio

redio

notebook

ìkọ̀wé

vacuum cleaner

ufa

cactus

kakitọsi

candle

àbẹ́là

# kitchen
# ilé ìdáná

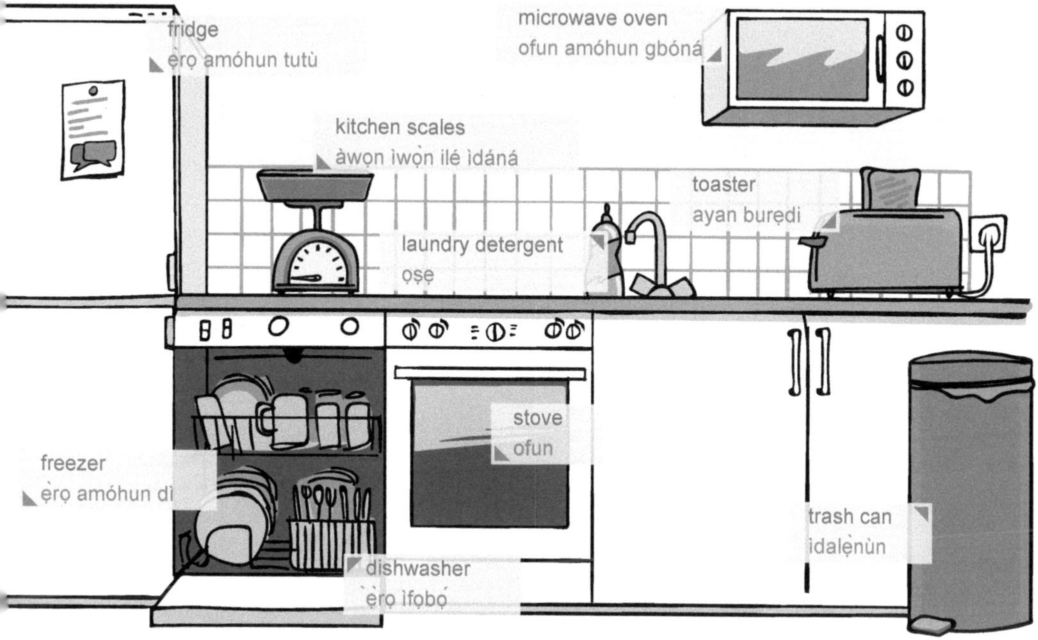
fridge
ẹ̀rọ amóhun tutù
microwave oven
ofun amóhun gbóná
kitchen scales
àwọn ìwọ̀n ilé ìdáná
toaster
ayan burẹdi
laundry detergent
ọṣẹ
stove
ofun
freezer
ẹ̀rọ amóhun dì
trash can
idalẹ̀nùn
dishwasher
ẹ̀rọ ìfọbọ́

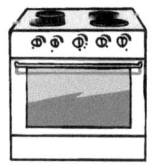

cooker
ìdáná

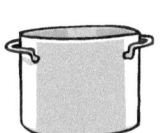

pot
ìṣasun

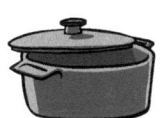

cast-iron pot
ìṣasun irin

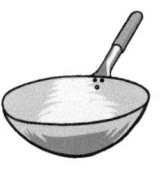

wok / kadai
wok / kadai

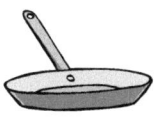

pan
panu

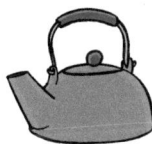

kettle
kẹturu

steamer

amoru

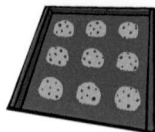

baking tray

pẹpẹ ìdáná

crockery

dídáná

mug

ife gilasi

bowl

àdému

chopsticks

igi ijẹun

ladle

ladu

spatula

ṣíbí kòtò

whisk

wisiki

strainer

sitirena

sieve

asẹ́

grater

gireta

mortar

odó

barbecue

àsun

fireplace

ibi ìdáná

chopping board

pẹpẹ gígé

rolling pin

igi ilọ̀

corkscrew

kọkisukuru

can

agolo

can opener

olùṣí agolo

oven cloth

àdìmú iṣasun

sink

kòtò

brush

burọṣi

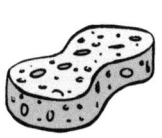

sponge

kaninkanin

blender

ẹ̀rọ ilọta

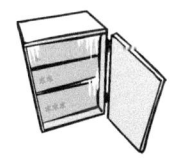

deep freezer

ẹ̀rọ amóhun dì oníkòtò

baby bottle

ohun ijẹun ọmọdé

tap

ẹnu ẹrọ omi

kitchen - ilé ìdáná        37

# bathroom
# ilé ìwẹ̀

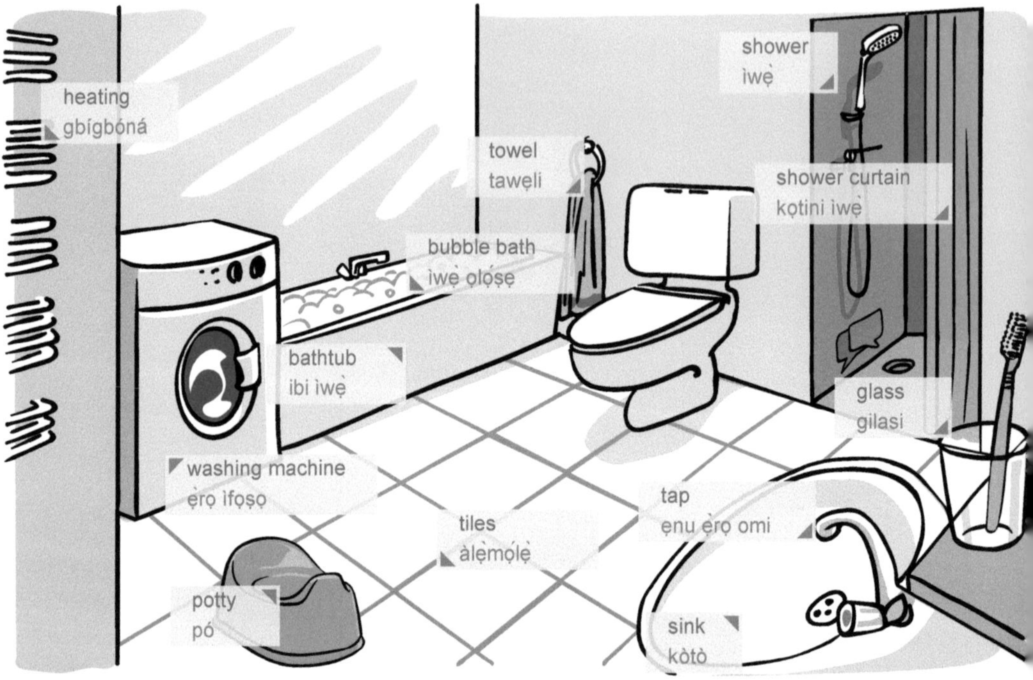
heating
gbígbóná
towel
tawẹli
shower
ìwẹ̀
shower curtain
kọtini ìwẹ̀
bubble bath
ìwẹ̀ ọlọ́ṣẹ
bathtub
ibi ìwẹ̀
washing machine
ẹ̀rọ ìfọṣọ
tiles
àlẹ̀mọ́lẹ̀
tap
ẹnu ẹ̀rọ omi
glass
gilasi
potty
pó
sink
kòtò

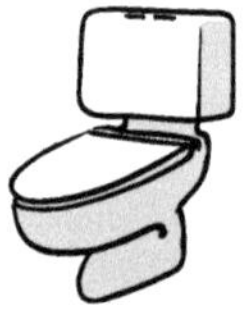

toilet

ibi ìyàgbẹ́

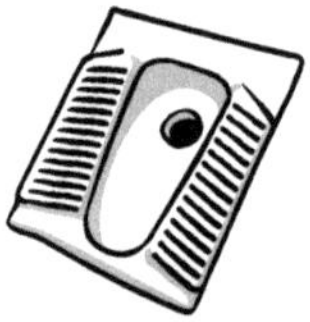

squat toilet

ibi ṣálángá

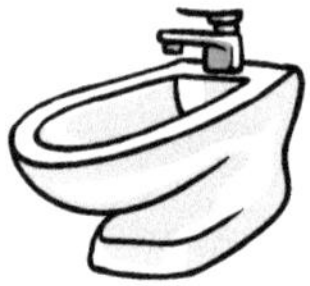

bidet

bidẹti

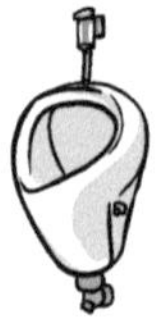

urinal

títọ̀

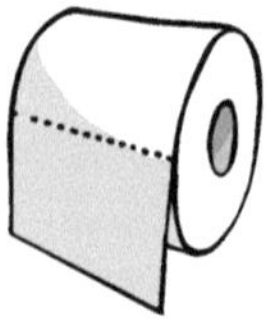

toilet paper

pépa ibi ìyàgbẹ́

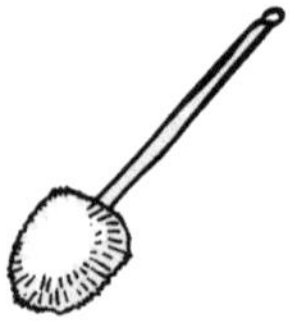

toilet brush

burọṣi ìbi ìyàgbẹ́

**toothbrush**

igi ifọnu

**toothpaste**

ọṣẹ ifọnu

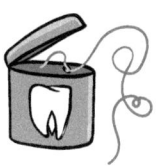

**dental floss**

filọsi eyin

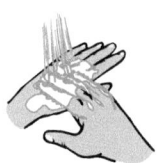

**wash**

fọṣọ

**hand shower**

iwẹ ọlọwọ́

**douche**

dọṣi

**basin**

basin

**back brush**

burọṣi ẹyìn

**soap**

ọṣẹ

**shower gel**

gẹli iwẹ̀

**shampoo**

ọ̀ṣẹ irun

**flannel**

filanẹni

**drain**

sẹ́

**creme**

ìpara

**deodorant**

olóòrùn dídún

mirror

dingi

hand mirror

díngi ọwọ́

razor

abẹ

shaving foam

fomu ifárungbọ̀n

aftershave

lẹ́yìn ìfarungbọ̀n

comb

ìyarun

brush

burọ̀ṣì

hair-dryer

agbẹrun

hairspray

ìparun

makeup

ìmúra

lipstick

ìtọ́tè

nail varnish

faniṣi èkaná

cotton wool

òwú

nail scissors

sisọsi èkaná

perfume

pafumu

washbag

báàgì iwẹ̀

stool

àga

weighing scales

ìwọn

bathrobe

okùn iwẹ̀

rubber gloves

ìbọwọ́ rọbà

tampon

tampun

sanitary towel

ìnuwọ́

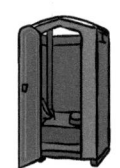

chemical toilet

ṣálángá kẹmika

# kids room

# yàrá ọmọdé

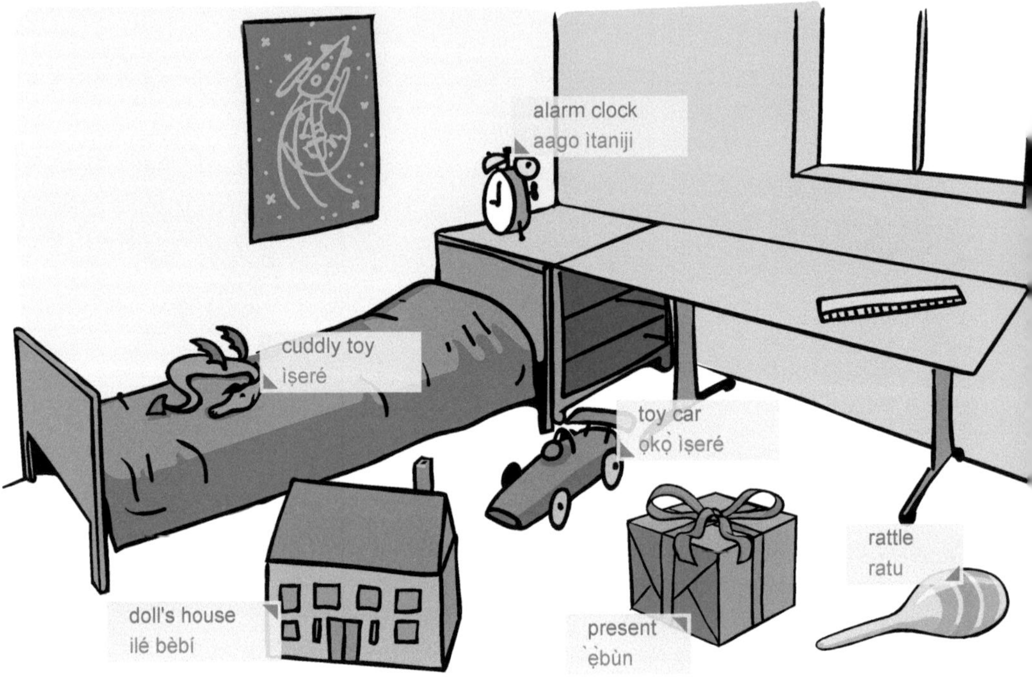

alarm clock
aago ìtaniji
cuddly toy
ìṣeré
toy car
ọkọ̀ ìṣeré
rattle
ratu
doll's house
ilé bèbí
present
ẹ̀bùn


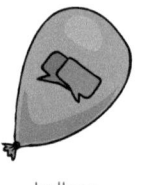

balloon

fèrè

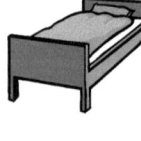

bed

ibùsùn

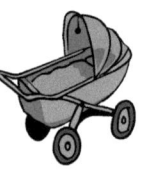

stroller

ìgbọ́mọ

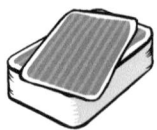

deck of cards

àpapọ̀ káàdì

jigsaw

ayùn

SUPER
MEGA


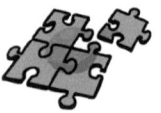

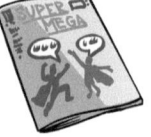

comic

àwàdà

lego bricks

àwọn biriki

toy blocks

ohun ìṣeré

action figure

figọ iṣe

romper suit

ìdàgbàsókè

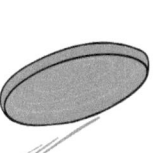

frisbee

firisibi

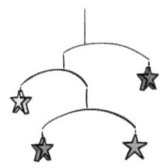

mobile

alágbèéká

board game

eré pẹpẹ

dice

daisi

model train set

àkópọ̀ ìkọ́ni àwòṣe

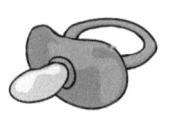

pacifier

dọmi

party

ayẹyẹ

picture book

ìwé àwòrán

ball

bọ́ọ̀lù

doll

bèbí

play

ṣeré

sandpit

kòtò yẹpẹ̀

swing

jangilofa

toys

àwọn ìṣeré

video game console

kọnsolu iṣeré fídíò

tricycle

ẹlẹ́sẹ̀ mẹta

teddy bear

bèbí ọmọdé

wardrobe

ibi ìkaṣọsi

# clothing

## aṣọ

socks

sọkisi

stockings

sitọkin

tights

ṣòkòtò

44

scarf
sikafu

umbrella
agbòjò

t-shirt
t-sẹti

belt
ìgbànú

boots
bàtà

slippers
salubata

sneakers
àwọn olùkọni

sandals
salubata

shoes
bàtà

rubber boots
bàtà òjò

underwear
pátá

bra
kọmú

undershirt
fẹsiti

clothing - aṣọ

body
ara

pants
ṣòkòtò

jeans
kakí

skirt
sikẹti

blouse
bulausi

shirt
ṣẹti

pullover
dúró

sweater
ìbòrí

blazer
aṣọ òkè

jacket
aṣọ otútù

coat
kotu

raincoat
aṣọ òjò

costume
ìmúra

dress
wọṣọ

wedding dress
aṣọ ìgbéyàwó

suit
sutu

nightgown
aṣọ àwọsùn

pajamas
pijama

sari
sari

headscarf
gèlè

turban
tọbanu

burka
bọka

kaftan
kafitani

abaya
abaya

swimsuit
aṣọ ìwẹdò

trunks
aṣọ àwọsókè

shorts
penpe

tracksuit
kotu

apron
aṣọ ìdáná

gloves
ìbọwọ́

button
.....................
bọ̀tìnnì

glasses
.....................
awò

bracelet
.....................
ẹ̀gbà ọwọ́

necklace
.....................
ẹgbà ọrùn

ring
.....................
òrùka

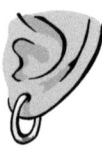

earring
.....................
gbígbọ́

cap
.....................
filà

coat hanger
.....................
ìkọ́ kotu

hat
.....................
àkẹtẹ̀

tie
.....................
tai

zip
.....................
sipu

helmet
.....................
koto

braces
.....................
bíresi

school uniform
.....................
aṣọ ilé-ìwé

uniform
.....................
ẹ̀nìfọmu

bib
bibu

pacifier
dọmi

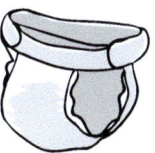

diaper
ìlédìí

# office
## ọfisi

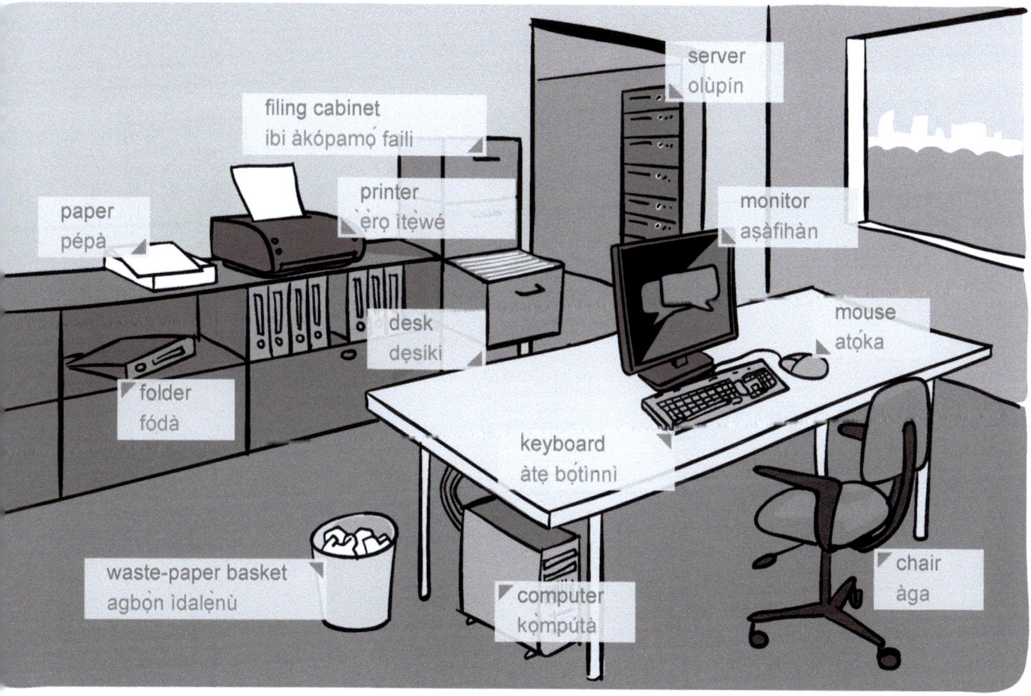

server
olùpín

filing cabinet
ibi àkópamọ́ faili

printer
èrọ ìtẹ̀wé

paper
pépà

monitor
aṣàfihàn

desk
dẹ́síki

mouse
atọ́ka

folder
fódà

keyboard
àtẹ bọ́tìnnì

waste-paper basket
agbọ̀n ìdalẹ̀nù

chair
àga

computer
kọ̀mpútà

coffee mug
ife kọfí

calculator
ẹ̀rọ ìṣìrò

internet
ayélujára

laptop
kòmpútà àgbélétan

letter
lẹ́tà

message
ìfiránṣẹ́

cell phone
alágbèéká

network
nẹ́tíwọ̀kì

photocopier
`ẹ̀rọ ẹdà

software
sọftwia

telephone
`ẹ̀rọ ìbánisọ̀rọ̀

plug socket
ihò iná

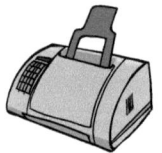

fax machine
ẹ̀rọ fakisi

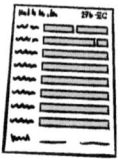

form
fọ́ọ̀mù

document
ìwé àkọsílẹ̀

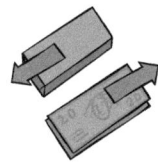

buy

rà

pay

sanwó

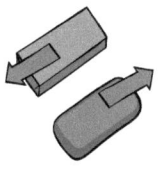

trade

sòwò

money

owó

**USD**

dollar

dọla

**EUR**

euro

yuro

**JPY**

yen

yẹni

**RUB**

rouble

rọbu

**CHF**

Swiss franc

Siwisi frans

**CNY**

renminbi yuan

renminbi yuan

**INR**

rupee

rupi

cash point

ibi owó

currency exchange office

ibi ìpàrọ̀ owó

gold

wúrà

silver

fàdákà

oil

epo

energy

agbára

price

iye

contract

àdéhùn

tax

owó orí

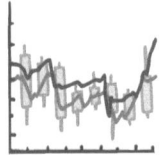

stock

ìpín ọjà

work

ṣiṣẹ́

employee

òṣìṣẹ́

employer

agbani síṣẹ́

factory

ilé iṣẹ́

shop

ìsọ̀

economy - ọrọ̀ ajé

# occupations
# àwọn iṣẹ́ ààyò

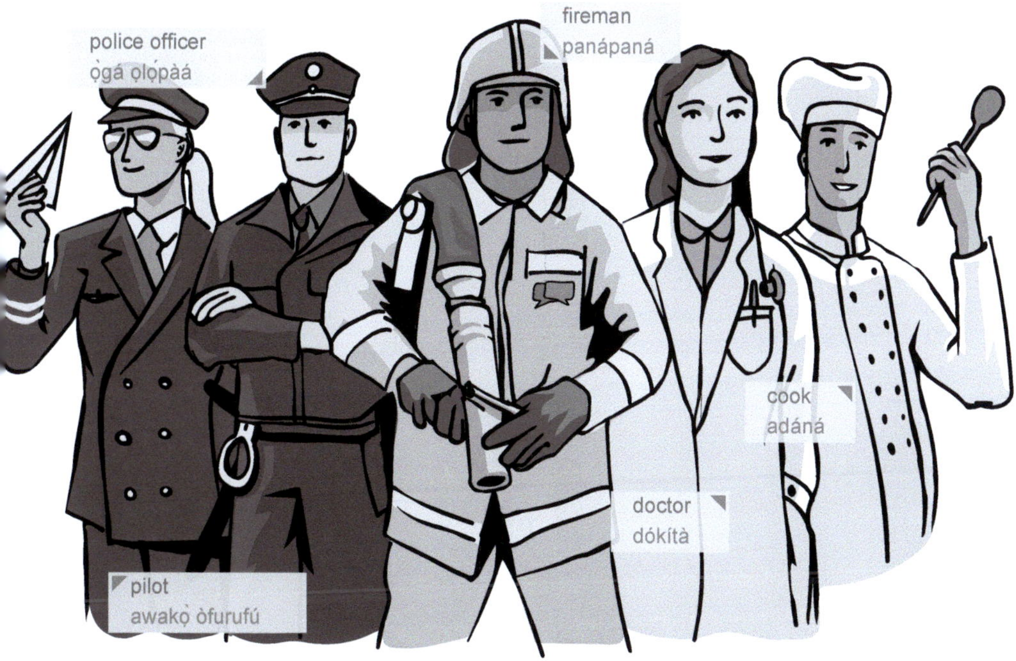
police officer
ọgá ọlọ́pàá
fireman
panápaná
cook
adáná
doctor
dókítà
pilot
awakọ òfurufú

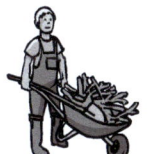

gardener
olọ́gbà

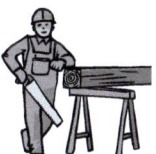

carpenter
gbẹ́nàgbẹ́nà

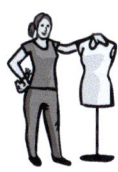

seamstress
aránṣọ

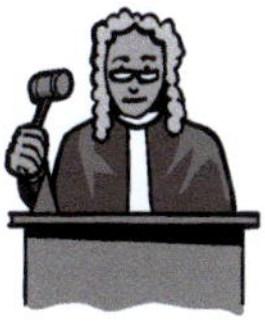

judge
adájọ́

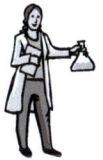

chemist
olóògùn

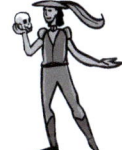

actor
òṣèré

bus driver

awakọ̀ èrò

taxi driver

awakọ̀ èrò

fisherman

apẹja

cleaning lady

omidan agbálẹ̀

roofer

kanlékanlé

waiter

agbóunjẹ

hunter

ọdẹ

painter

akunlé

baker

olùṣe ìyẹ́fun

electrician

aṣàtúnṣe iná

builder

akọ́lé

engineer

amojú ẹ̀rọ

butcher

alápatà

plumber

pulọmba

postman

afiwé ránṣẹ́

soldier

jagunjagun

architect

ayàwòrán ilé

cashier

akawó

florist

olódòdó

hairdresser

aṣerun lóge

conductor

adarí èrò

mechanic

aṣàtúnṣe ọkọ̀

captain

adarí

dentist

olùtọ́jú eyin

scientist

onímọ̀ ìjinlẹ̀

rabbi

olùkọ́ni

imam

imamu

monk

mọnki

pastor

òjíṣẹ́ Ọlọ́run

# tools
# àwọn irinṣẹ́

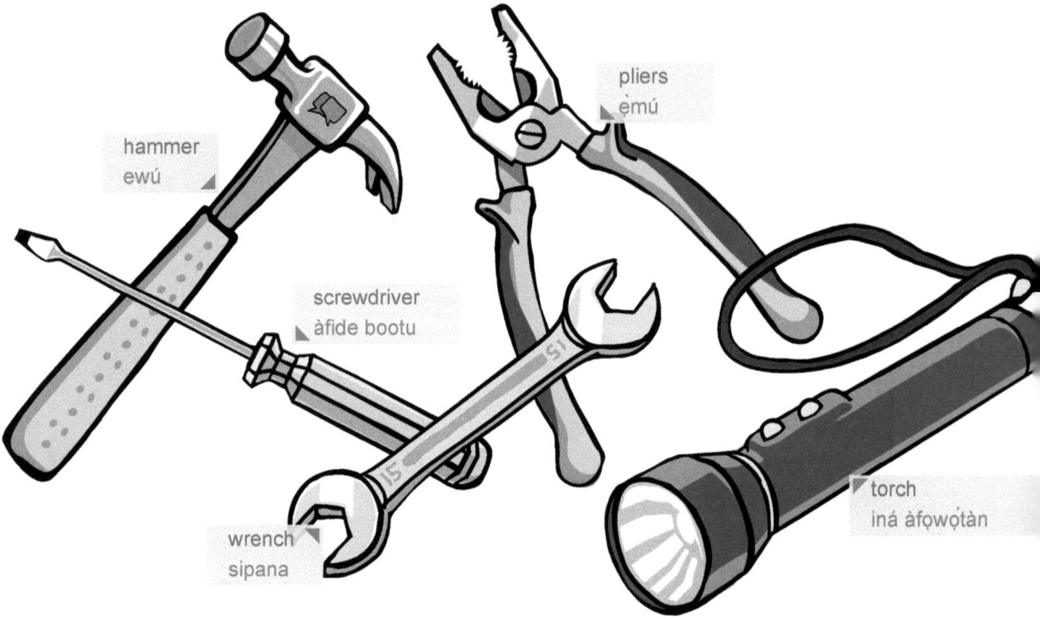

hammer
ewú
pliers
ẹ̀mú
screwdriver
àfide bootu
wrench
sipana
torch
iná àfọwọ́tàn


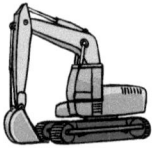

excavator
jiga

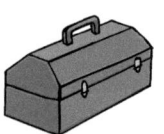

toolbox
àpótí irinṣẹ́

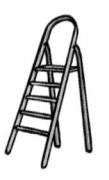

ladder
àgàsọ̀

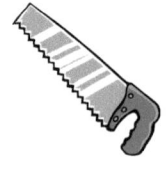

saw
ayùn

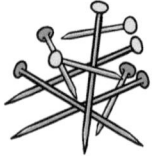

nails
èṣó

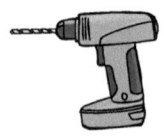

drill
ìlu

repair
túnṣe

shovel
ṣọbìrì

Damn!
Adágún!

dustpan
igbá ìdọtí

paint can
kòkò ọ̀dà

screws
bootu

## musical instruments
## àwọn irinṣẹ́ orin

loud speaker
gbohùngbohùn

drum set
àkópọ̀ ìlù

guitar
jita

double bass
baasi oníméjì

trumpet
fèrè

piano

dùrù

violin

faolin

bass

baasi

timpani

timpani

drums

àwọn ìlù

keyboard

kiibọdu

saxophone

sasofonu

flute

fèrè ìpè

microphone

`ẹ̀rọ gbohùngbohùn

# zoo

# ibi ẹranko

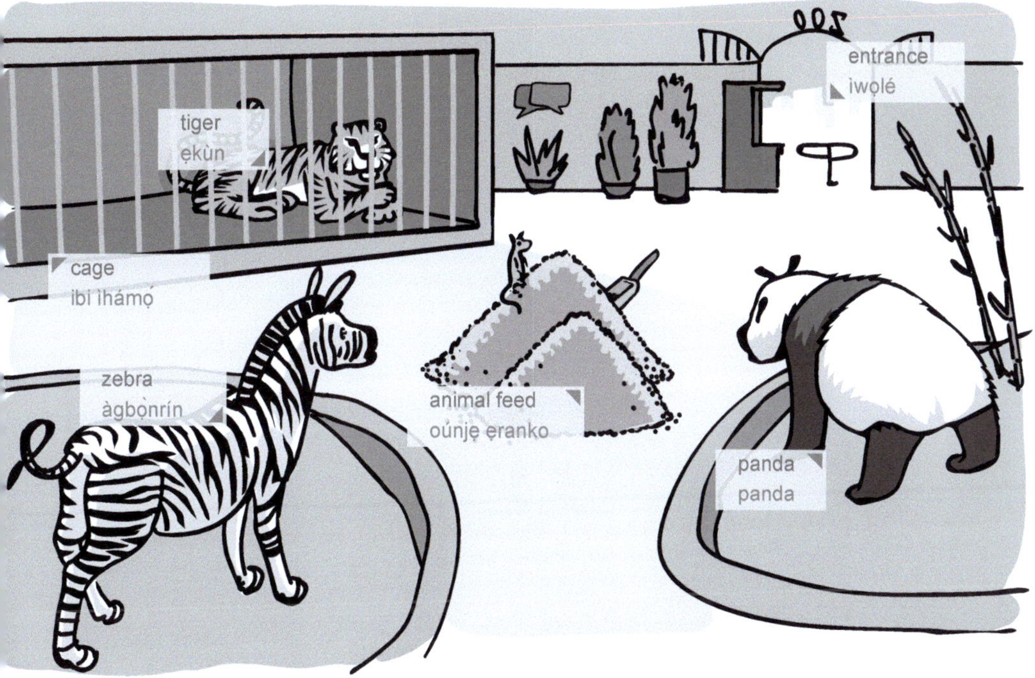

tiger
ẹkùn
cage
ibi ìhámọ́
entrance
iwọlé
zebra
àgbọ̀nrín
animal feed
oúnjẹ ẹranko
panda
panda


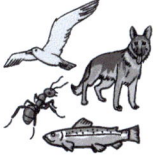

animals

àwọn ẹranko

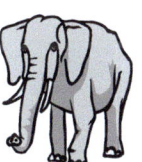

elephant

erin

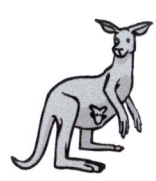

kangaroo

kangaruu

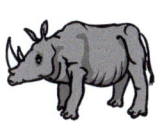

rhino

raino

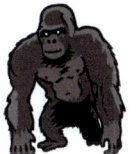

gorilla

ọ̀bọ lagido

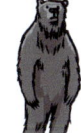

bear

biari

camel

kẹ́tẹ́kẹ́tẹ́

ostrich

ẹyẹ agùnlọ́rùn

lion

kìniún

monkey

ọ̀bọ

flamingo

yọjayọja

parrot

ayékòótọ́

polar bear

biari omi

penguin

pinguin

shark

ṣaki

peacock

ọ̀kín

snake

ejò

crocodile

ọ̀nì

zookeeper

olùtọ́jú ibi ẹranko

seal

sili

jaguar

jagua

pony

poni

leopard

ẹkùn

hippo

ẹran omi

giraffe

jirafi

eagle

àṣá

boar

ẹlẹ́dẹ̀ igbó

fish

ẹja

turtle

ijàpá

walrus

wọrọsi

fox

kọlọkọlọ

gazelle

gasẹli

American football
Bọ́ọ̀lù àfẹsẹ̀gbá Amẹrika

cycling
kẹ̀kẹ́

tennis
tẹnisi

basketball
bọ́ọ̀lù agbọ̀n

swimming
ìwẹ̀ odò

boxing
eléṣẹ̀ẹ́

ice hockey
ọkì yìnyín

| soccer | badminton | athletics |
|---|---|---|
| bọ́ọ̀lù àfẹsẹ̀gbá | badmintin | àwọn tí ń sáré |

| handball | skiing | polo |
|---|---|---|
| bọ́ọ̀lù ọlọwọ́ | eré orí yìnyín | polo |

# activities
# àwọn iṣẹ́

jump
fò
hug
dìmọ́
laugh
rẹ́rìín
walk
rìn
sing
kọrin
dream
àlá
pray
gbàdúrà
kiss
fẹnukò

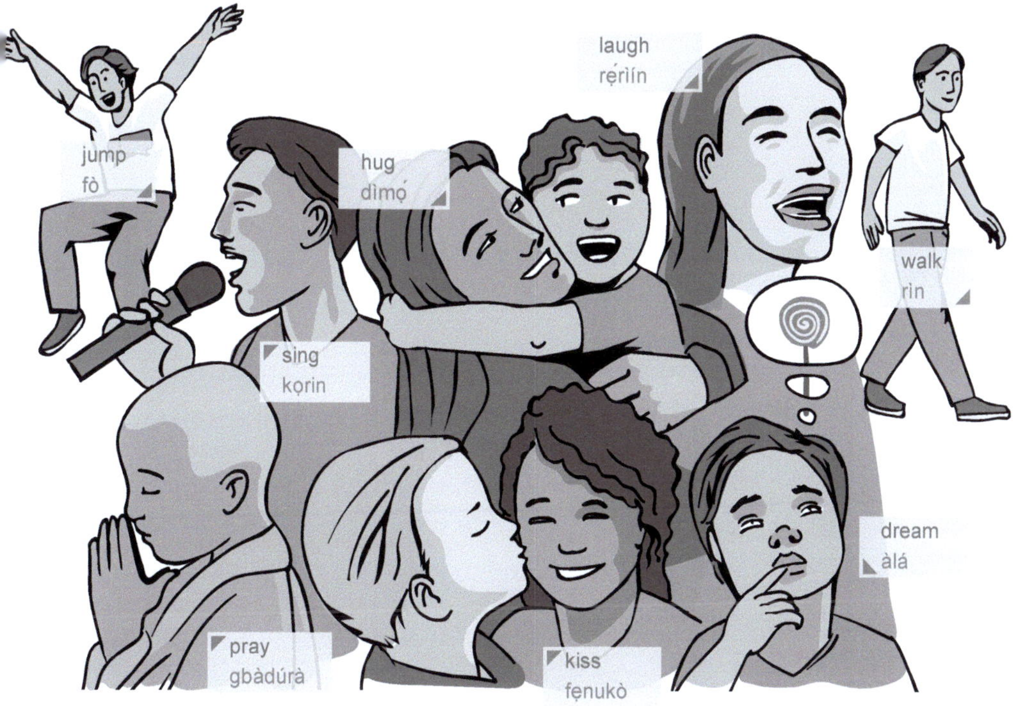

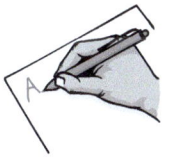

write
kọ̀wé

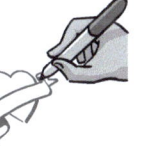

draw
yàwòrán

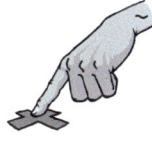

show
fihàn

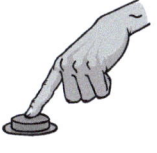

push
tì

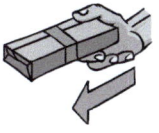

give
funni

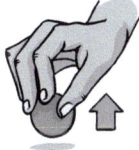

take
mú

have
......................
ní

do
......................
şe

be
......................
jẹ́

stand
......................
dúró

run
......................
sáré

pull
......................
fà

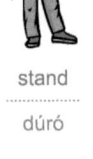

throw
......................
jù

fall
......................
şubú

lie
......................
parọ

wait
......................
dúró

carry
......................
gbé

sit
......................
jókòó

get dressed
......................
múra

sleep
......................
sùn

wake up
......................
jí

look at

wo

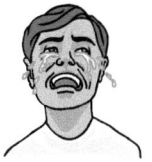

cry

kígbe

stroke

ọ̀pá

comb

ìlarun

talk

sọ̀rọ̀

understand

lóye

ask

bèrè

listen

tẹ́tí

drink

omi

eat

jẹun

tidy up

palẹ̀mọ́

love

ìfẹ́

cook

dáná

drive

wakọ̀

fly

fò

activities - àwọn iṣẹ́

sail

ìgbín

calculate

ṣírò

read

kàwé

learn

kọ́

work

ṣiṣẹ́

marry

gbéyàwó

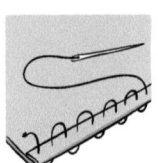

sew

ránṣọ

brush teeth

fọ eyín

kill

pa

smoke

mu sìgá

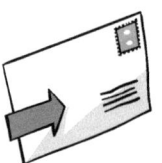

send

firánṣẹ́

activities - àwọn iṣẹ́

# family

# ẹbí

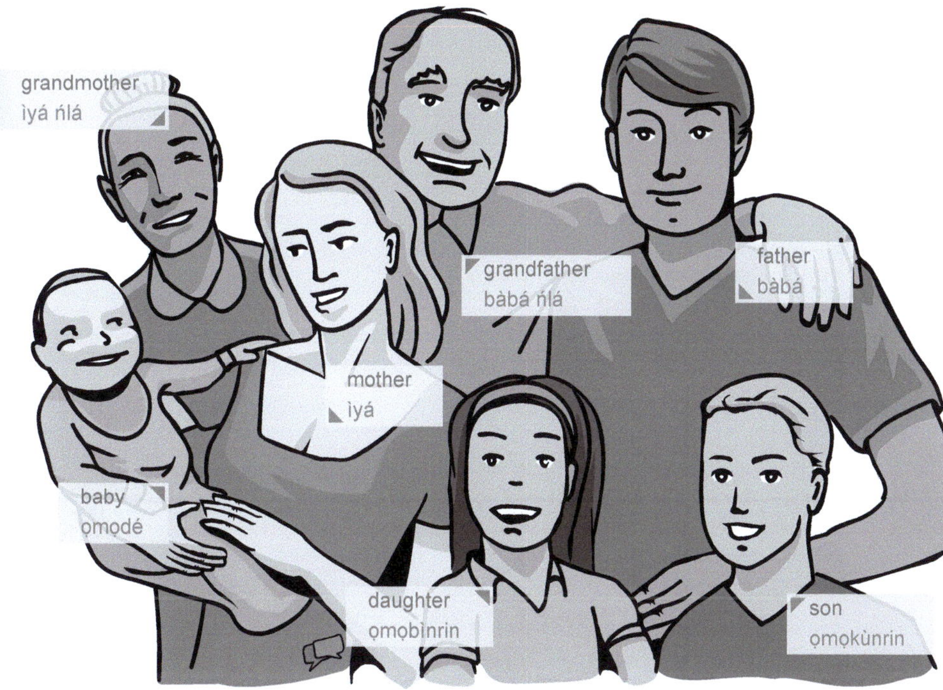

grandmother
ìyá ńlá
grandfather
bàbá ńlá
father
bàbá
mother
ìyá
baby
ọmọdé
daughter
ọmọbìnrin
son
ọmọkùnrin


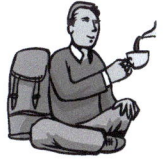

guest

àlejò

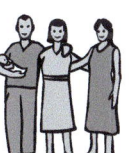

aunt

àbúrò ìyá

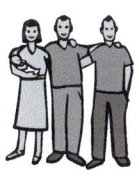

uncle

àbúrò bàbá

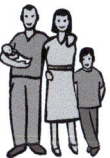

brother

arákùnrin

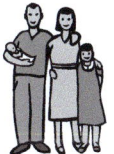

sister

arábìnrin

# body
## ara

forehead
iwájú orí
eye
ẹyinjú
shoulder
èjìká
finger
ìka
face
ojú
chin
àgbọ̀n
hand
ọwọ́
leg
ẹsẹ̀
breast
ọyàn
arm
apá


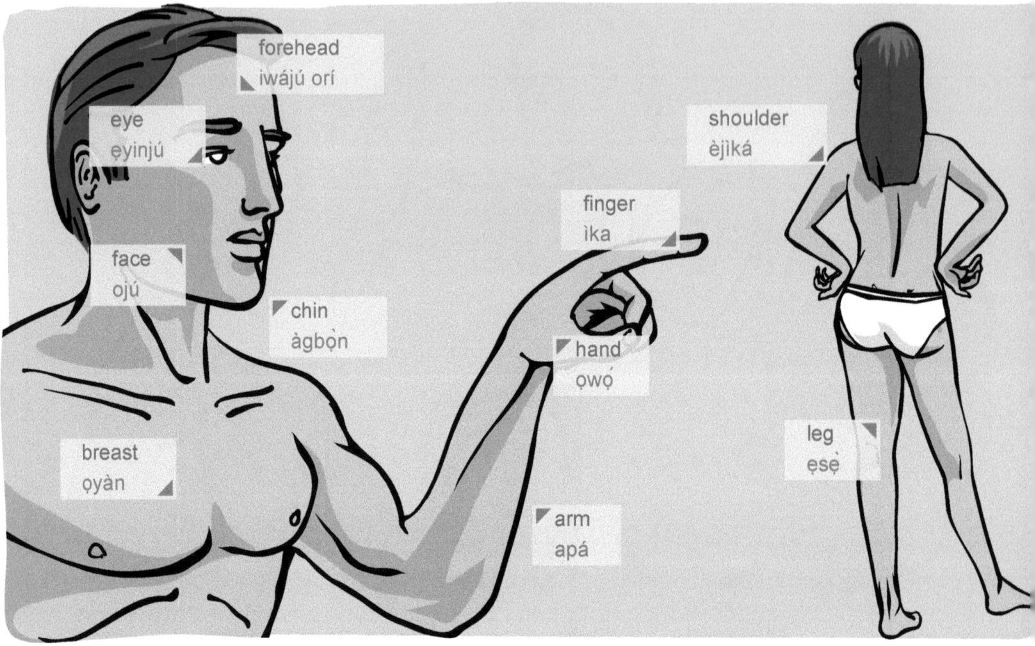

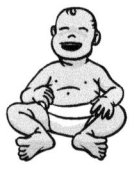

baby

ọmọdé

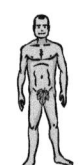

man

ọkùnrin àgbà

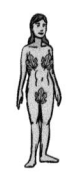

woman

obìnrin àgbà

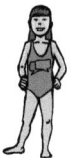

girl

obìnrin

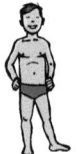

boy

ọkùnrin

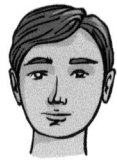

head

orí

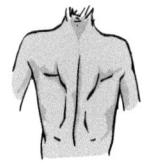

back
ẹ̀yìn

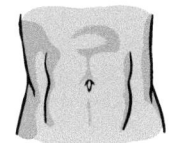

belly
inú

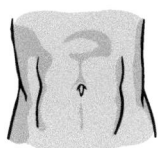

navel
ìdodo

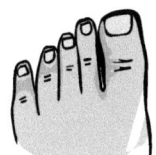

toe
ìka ẹsẹ̀

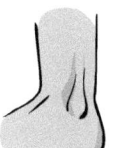

heel
ẹ̀yìn ẹsẹ̀

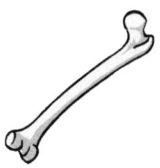

bone
egungun

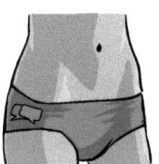

hip
ìbàdí

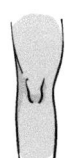

knee
orúnkún

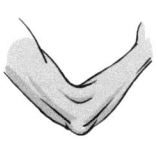

elbow
ìgúpá

nose
imú

buttocks
ìdí

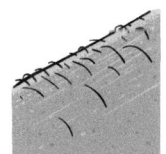

skin
awọ

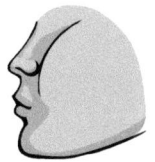

cheek
ẹ̀rẹ̀kẹ́

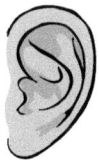

ear
etí

lip
ètè

mouth

ẹnu

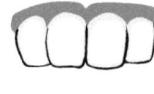

tooth

eyín

tongue

ahọ́n

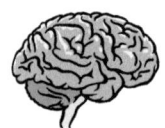

brain

ọpọlọ

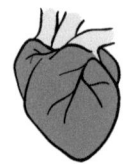

heart

ọkàn

muscle

iṣan

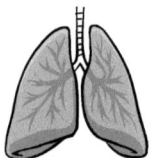

lung

ìfun

liver

ẹ̀dọ̀

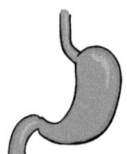

stomach

ikùn

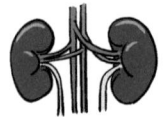

kidneys

kíndìrín

sex

ìbálòpọ̀

condom

rọ́bà àbò

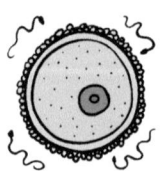

ovum

ofumu

semen

àtọ̀

pregnancy

oyún

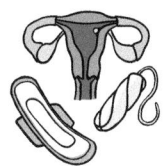

menstruation

ǹkan oṣù

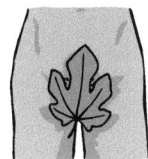

vagina

òbò

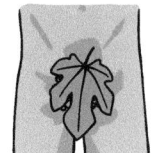

penis

okó

eyebrow

ìpénpéjú

hair

irun

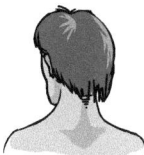

neck

ọrùn

# hospital
# ilé ìwòsàn

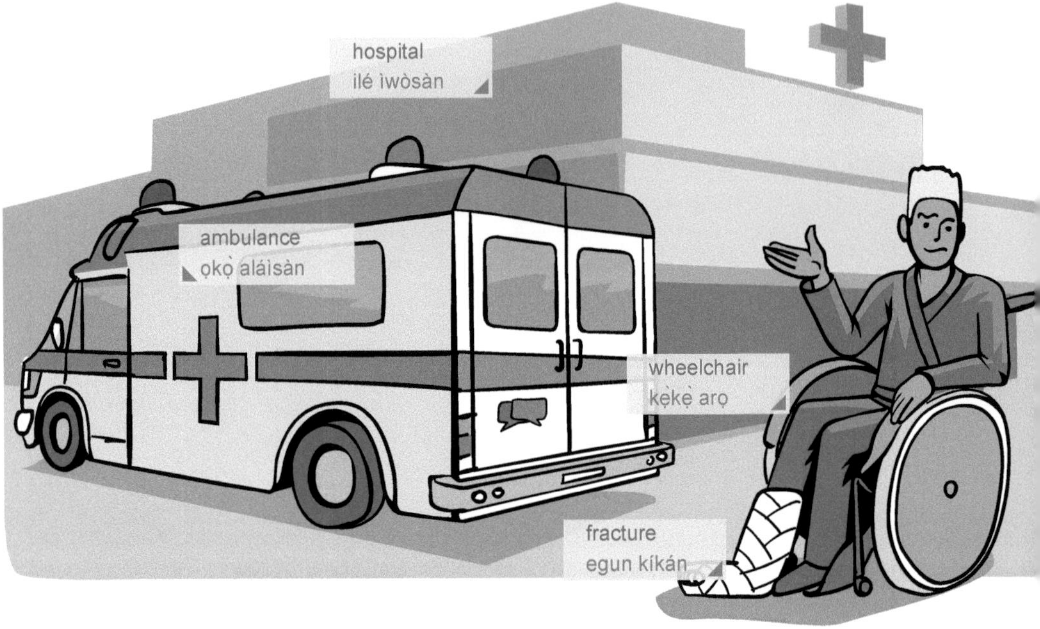

hospital
ilé ìwòsàn
ambulance
ọkọ̀ aláìsàn
wheelchair
kẹ̀kẹ́ arọ
fracture
egun kíkán

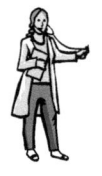

doctor

dókítà

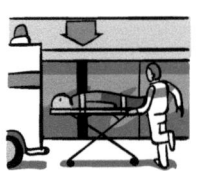

emergency room

yàrá pàjáwìrì

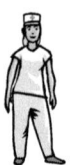

nurse

nọ́ọ̀sì

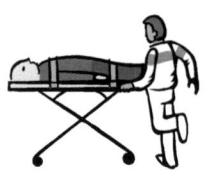

emergency

pàjáwìrì

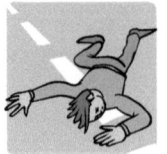

unconscious

dákú

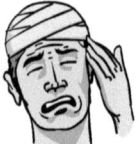

pain

ìrora

injury

egbò

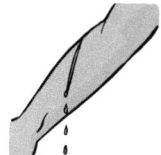

bleeding

èjè dídà

heart attack

àìsàn okàn

stroke

ropárosè

allergy

àlébù ògùn

cough

ikó

fever

ibà

flu

òfinkìn

diarrhea

igbé gburu

headache

èfórí

cancer

jejere

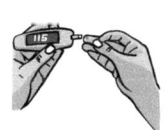

diabetes

ìtò súgà

surgeon

alábe

scalpel

abefélé

operation

isé abe

hospital - ilé ìwòsàn                    73

CT

CT

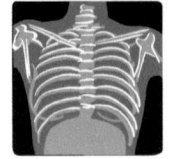

x-ray

x-ray

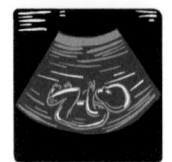

ultrasound

ọtirasandi

face mask

aṣọ ìbòjú

disease

àrùn

waiting room

yàrá ìdúró

crutch

ọ̀pá

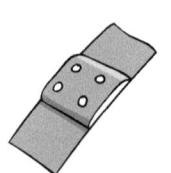

plaster

àlẹ̀mọ́

bandage

aṣọ àfiwé

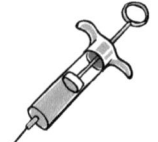

injection

abẹ́rẹ́

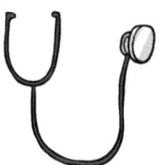

stethoscope

àyẹ̀wò èémì

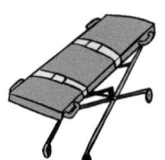

stretcher

àtẹ aláìsàn

clinical thermometer

ẹ̀rọ ìwọ̀n oru ilé ìwòsàn

birth

ìbí

overweight

ìsanrajù

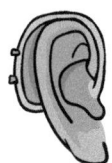

hearing aid

ẹ̀rọ̀ àfigbọ́rọ̀

disinfectant

apa kòkòrò

infection

àkóràn

virus

kòkòrò

HIV / AIDS

Àrùn HIV / AIDS

medicine

òògùn

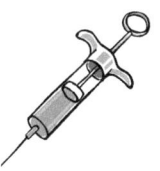

vaccination

àjẹsára

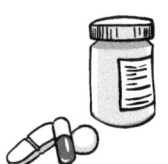

tablets

tabulẹti

pill

òògùn

emergency call

ìpè pàjáwìrì

blood pressure monitor

atọpinpin ẹ̀jẹ̀ ríru

ill / healthy

àìsàn / lera

| | | |
|---|---|---|
| Help!<br>Ìrànlọ́wọ́! | <br>alarm<br>ìtanijí | <br>assault<br>ìluni |
| 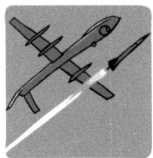<br>attack<br>ìdójukọ | <br>danger<br>ewu | <br>emergency exit<br>ìjáde pàjáwìrì |
| Fire!<br>Iná! | <br>fire extinguisher<br>panápaná | <br>accident<br>ìjàmbá |
| 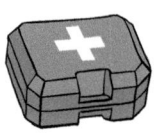<br>first-aid kit<br>àpótí ìtọ́jú aláìsàn | <br>SOS<br>SOS | <br>police<br>ọlọ́pàá |

Europe

Yuropu

North America

North Amerika

South America

South Amerika

Africa

Afirika

Asia

Esia

Australia

Ọsirelia

Atlantic

Atlantic

Pacific

Pacific

Indian Ocean

Indian Ocean

Antarctic Ocean

Antarctic Ocean

Arctic Ocean

Arctic Ocean

North pole

Òpó Ìlà Òrùn

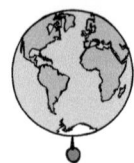

South pole

Òpó Ìwọ̀ Òrùn

Antarctica

Antarctica

earth

Ayé

land

ilẹ̀

sea

òkun

island

erékùsù

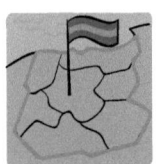

nation

orílẹ̀-èdè

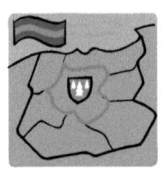

state

ìpínlẹ̀

clock face

ojú aago

hour hand

ọwọ́ wákàtí

minute hand

ọwọ́ ìṣẹ́jú

second hand

ọwọ́ ìṣẹ́jú ààyá

What time is it?

Kínni aago sọ?

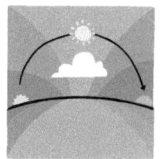

day

ọjọ́

time

àkókò

now

báyìí

digital watch

aago onínọ́mbà

minute

ìṣẹ́jú

hour

wákàtí

# week

## ọ̀sẹ̀

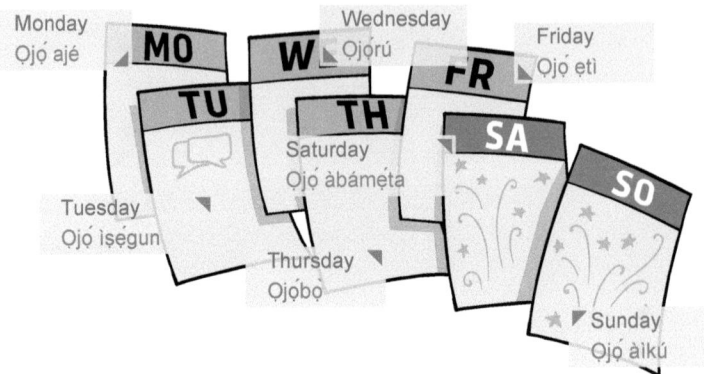

Monday
Ọjọ́ ajé

Tuesday
Ọjọ́ ìsẹ́gun

Wednesday
Ọjọ́rú

Thursday
Ọjọ́bọ

Friday
Ọjọ́ ẹtì

Saturday
Ọjọ́ àbámẹ́ta

Sunday
Ọjọ́ àìkú

yesterday

àná

today

òní

tomorrow

ọ̀la

morning

àárọ̀

noon

ọ̀sán

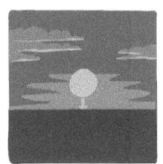

evening

ìrọ̀lẹ́

| MO | TU | WE | TH | FR | SA | SU |
|----|----|----|----|----|----|----|
| 1 | 2 | 3 | 4 | 5 | 6 | 7 |
| 8 | 9 | 10 | 11 | 12 | 13 | 14 |
| 15 | 16 | 17 | 18 | 19 | 20 | 21 |
| 22 | 23 | 24 | 25 | 26 | 27 | 28 |
| 29 | 30 | 31 | 1 | 2 | 3 | 4 |

workdays

àwọn ojọ́ iṣẹ́

| MO | TU | WE | TH | FR | SA | SU |
|----|----|----|----|----|----|----|
| 1 | 2 | 3 | 4 | 5 | 6 | 7 |
| 8 | 9 | 10 | 11 | 12 | 13 | 14 |
| 15 | 16 | 17 | 18 | 19 | 20 | 21 |
| 22 | 23 | 24 | 25 | 26 | 27 | 28 |
| 29 | 30 | 31 | 1 | 2 | 3 | 4 |

weekend

ìparí ọ̀sẹ̀

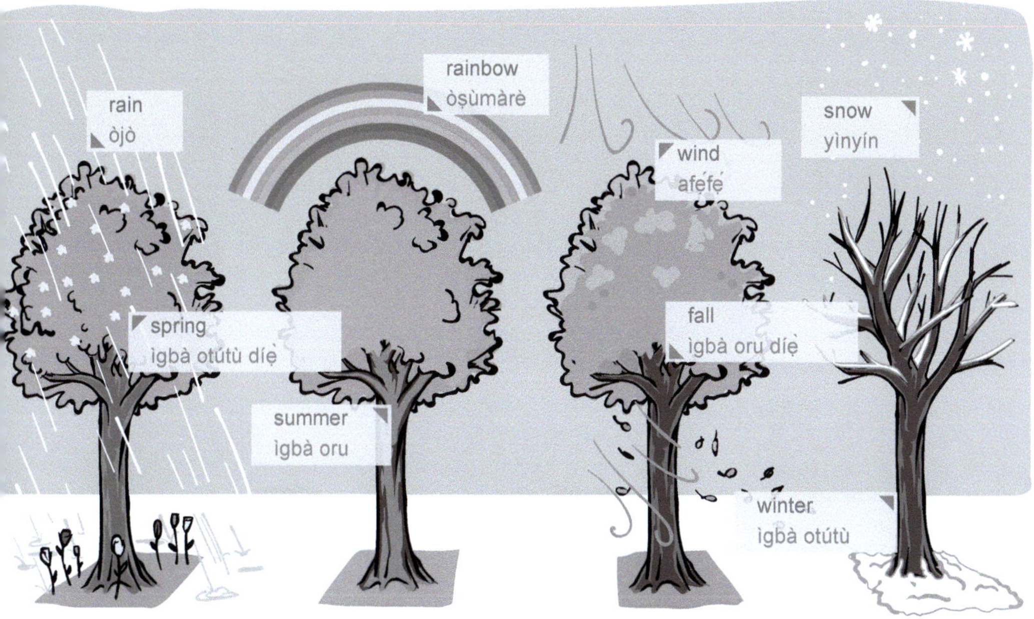

rain
òjò
rainbow
òṣùmàrè
snow
yìnyín
wind
afẹ́fẹ́
spring
ìgbà otútù díẹ̀
fall
ìgbà oru díẹ̀
summer
ìgbà oru
winter
ìgbà otútù


4.APRIL 11°
5.APRIL 4°
6.APRIL 13°
7.APRIL 8°
8.APRIL 10°


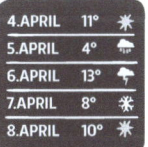

weather forecast

ìsọtẹ́lẹ̀ ojú-ọjọ́

F
C
120
90
60
30
0
-30
40
30
20
10
0
-10
-20


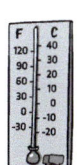

thermometer

ẹ̀rọ ìwọ̀n oru



sunshine

ìtànsán òrùn

cloud

òfurufú

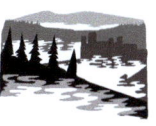

fog

ọ̀pọ̀lọ́

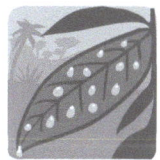

humidity

ọ̀gìnniti

lightning

iná

thunder

àrá

storm

ìjì

hail

kùrukùru

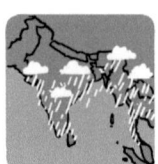

monsoon

afẹ́fẹ́

flood

àgbàrá

ice

omi dídì

January

Ọṣù kínní

February

Ọṣù kejì

March

Ọṣù kẹẹ̀ta

April

Ọṣù kẹẹrin

May

Ọṣù kaàrún

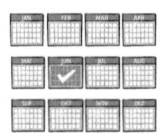

June

Ọṣù kẹfà

July

Oṣù keèje

August

Oṣù keẹ̀jọ

September

Oṣù kẹẹsán

October

Oṣù keẹwá

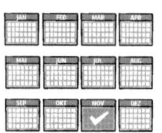

November

Oṣù kọkànlá

December

Oṣù kejìlá

circle

róbótó

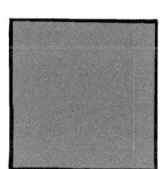

square

onígun mẹrin dọgba dọgba

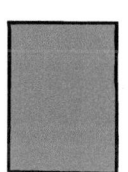

rectangle

onígun mẹrin

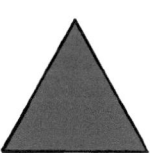

triangle

onígun mẹta

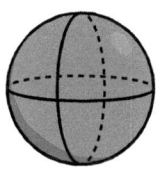

sphere

sifia

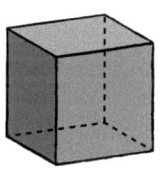

cube

kubu

white

funfun

yellow

yẹlo

orange

olómi ọsàn

pink

pinki

red

pupa

purple

pọpu

blue

bulu

green

aláwọ̀ ewé

brown

buranu

gray

rẹ́súrẹ̀sú

black

dúdú

a lot / a little

ọ̀pọ̀ / níwọ̀nba

angry / calm

bínnú / farabalẹ̀

beautiful / ugly

rẹwà / òbùrẹwà

beginning / end

bíbẹ̀rẹ̀ / òpin

big / small

ńlá / kékeré

bright / dark

mọ́lẹ̀ / dúdú

brother / sister

arákùnrin / arábìnrin

clean / dirty

mímọ́ / dọ̀tí

complete / incomplete

parí / àìparí

day / night

ọjọ́ / alẹ́

dead / alive

kú / àyè

wide / narrow

fẹ̀ / tínrín

edible / inedible

jíjẹ / àìlèjẹ

evil / kind

ibi / dára

excited / bored

dunnú / sísú

fat / thin

tóbi / tínrín

first / last

àkọ́kọ́ / ìgbẹyìn

friend / enemy

ọ̀rẹ́ / ọ̀tá

full / empty

kún / ṣófo

hard / soft

le / rọ̀

heavy / light

wúwo / fúyẹ́

hunger / thirst

ebi / òhùngbẹ

ill / healthy

àìsàn / lera

illegal / legal

tàpá sófin / bá òfin mu

intelligent / stupid

ọlọ́gbọ́n / òmùgọ̀

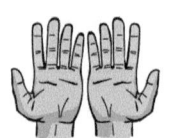

left / right

òsì / ọ̀tún

near / far

tòsí / jìnnà

new / used

tuntun / àlòkù

nothing / something

àìsí nkan / níní nkan

old / young

arúgbó / ọ̀dọ́

on / off

tàn / kú

open / closed

ṣí / padé

quiet / loud

dákẹ́ / pariwo

rich / poor

lọ́rọ̀ / tòsì

right / wrong

tọ̀nà / àìtọ̀nà

rough / smooth

àìdán / dán

sad / happy

banújẹ́ / dunú

short / long

kúrú / gùn

slow / fast

lọ́ra / yára

wet / dry

tutù / gbẹ

warm / cool

lọ́wọ́rọ́ / otútù

war / peace

ogun / àlàfíà

opposites - òdì

**0** zero — òdo

**1** one — méní

**2** two — méjì

**3** three — mẹ́ta

**4** four — mẹ́rin

**5** five — márùún

**6** six — mẹ́fà

**7** seven — méje

**8** eight — mẹ́jọ

**9** nine — mẹ́sàán

**10** ten — mẹ́wàá

**11** eleven — mọ́kànlá

**12**

twelve

méjìlá

**13**

thirteen

mẹ́tàlá

**14**

fourteen

mẹ́rìnlà

**15**

fifteen

mẹdogun

**16**

sixteen

marundinlógún

**17**

seventeen

mẹ́tàdínlógún

**18**

eighteen

méjìdínlógún

**19**

nineteen

mọ́kàndínlógún

**20**

twenty

ogún

**100**

hundred

ọgọ́rùún

**1.000**

thousand

ẹgbẹ̀rún

**1.000.000**

million

miliọnu

English
Gẹ̀ẹ́sì

American English
Gẹ̀ẹ́sì Ilẹ̀ Amẹ́ríkà

Chinese Mandarin
Mandarini Ṣaina

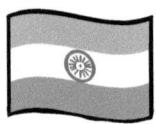

Hindi
Hindi

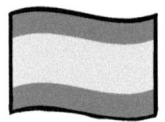

Spanish
Sipaniṣi

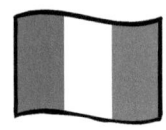

French
Faransé

Arabic
Lárúbáwá

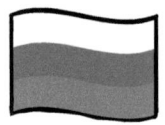

Russian
Rọṣia

Portuguese
Pọtugi

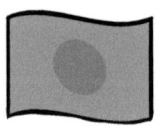

Bengali
Bẹngali

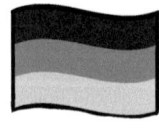

German
Jamani

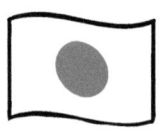

Japanese
Japanisi

I

Èmi

you

ìwọ

he / she / it

ọkùnrin / obìnrin / nkan

we

àwa

you

ìwọ

they

àwọn

who?

tani?

what?

kínni?

how?

báwo?

where?

níbo?

when?

nígbà wo?

name

orúkọ

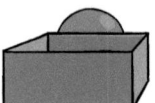

behind

léyìn

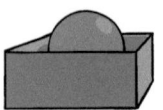

in

inú

in front of

níwájú

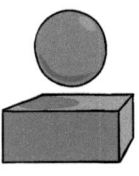

over

lókè

on

lórí

under

lábẹ́

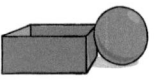

beside

légbẹ̀ẹ́

between

láàrín

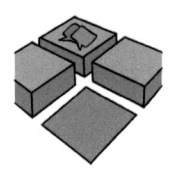

place

ibi